Kiswahili Übungsheft 4

Sebastian Müller

AF220495

Bibliografische Information der Deutschen Nationalbibliothek:
Die Deutsche Nationalbibliothek verzeichnet diese Publikation in der
Deutschen Nationalbibliografie; detaillierte bibliografische Daten sind im
Internet über http://dnb.dnb.de abrufbar.

Zeichnungen (Cover): Deodatius D. Lyimo (mit freundlicher Genehmigung von
Mission EineWelt)

Herstellung und Verlag: BoD – Books on Demand, Norderstedt

ISBN: 9783756897650

VORWORT

Du hast Dir bereits grundlegende Grammatik des Kiswahili und ein Grundvokabular angeeignet und möchtest beides durch Übungen nochmals vertiefen? Dann ist dieser Übungsband hervorragend für Dich geeignet. Der Übungsband ermöglicht gezielt Schritt für Schritt erlernte Grammatik als auch Vokabeln zu trainieren und Gelerntes zu festigen.

Vor Dir hast Du den vierten Band der Reihe ‚Kiswahili Grammatik und Vokabel Training'. Jeder Band orientiert sich an der Struktur der Unterrichtsmaterialen der Sprachkurse von Mission EineWelt ‚Sprachkurs Kiswahili' 1-4. Die Sprachkursmaterialien sind direkt über Mission eine Welt zu beziehen bzw. werden in den Präsenzkursen bereitgestellt. Für nähere Informationen zu den Kursen und Sprachkursmaterialien siehe https://mission-einewelt.de. Du hast den Sprachkurs nicht besucht? Die Übungen sind so aufgebaut, dass auch Interessierte den Band für ein erfolgreiches Training nutzen können, die den Sprachkurs nicht besucht haben. Mit einem Basis-Knowhow der Grammatik und einem Wörterbuch zur Hand oder einem Online-Dictionary sind auch die Vokabeln in greifbarer Nähe und es kann losgehen mit den Lernerfolgen.

Der Übungsband ist speziell für das selbstständige Training gestaltet. TEIL 1 liefert Dir dafür abwechslungsreiche Übungsformate zu Grammatik, Vokabeln und Floskeln. Um eine Lernkontrolle zu ermöglichen, werden Dir die Lösungen zu den Übungen im TEIL 2 gleich mitgeliefert.

Ich wünsche Dir viel Freude und die Möglichkeit durch die Übungen das Erlernte zu verstätigen, so dass sich durch einen sicheren Umgang mit dem Kiswahili vielfältige Begegnungen ermöglichen. Viel Spaß

Sebastian Müller

INHALT

TEIL 1 ÜBUNGEN

1. Marudio ya kozi ya 3 – Wiederholungen zu Kurs 3

1.1. Zoezi la kwanza/ Erste Übung: Nominalklasse [n/n]-Klasse

Chagua neno linalofaa. Halafu tafsiri. – Wähle das passende Wort aus. Danach übersetze.

1. nzima – mzima – kizima   Nimelala siku ___.

2. nyeupe – cheupe – mweupe   Utavaa nguo ___ leo?

3. nsafi – safi – nyasafi   Anakaa kwenye nyumba ___.

4. refu – ndefu – mrefu   Hii ilikuwa siku ___ sana.

5. nkubwa – mkubwa – kubwa   Nilikuwa na shida ___.

6. nzuri – zuri – mzuri   Yeye ni dakatari ___.

1. _____

2. _____

3. _____

4. _____

5. _____

6. _____

1.2. Zoezi la pili/ Zweite Übung: ka-Narrativ

Tafsiri sentensi zifuatazo. – Übersetze die folgenden Sätze.

1. Mama alienda sokoni, akanunua mboga, akarudi nyumbani, akapika chakula.

_____

_____

2. Mwalimu alienda shuleni, akafundisha, akamaliza kazi, akarudi nyumbani.

_____

3. Mwizi aliingia nyumbani, akaiba simu, akatoroka haraka.

_____

4. Abiria walifika kituoni, wakakata tiketi, wakapanda basi na kuondoka.

_____

5. Aliingia jikoni, akapika, akala, akashiba.

_____

6. Mgeni alifika mlangoni, akapiga hodi, akakaribishwa, akaingia.

_____

7. Mtoto alifika nyumbani, akaamkia wazazi, akaenda kula chakula.

_____

8. Usije ukasahau Kiswahili.

_____

1.3. Zoezi la tatu/ Dritte Übung: hu-Habitualis

Unganisha sentensi na utafsiri unaofaa. – Verbinde den Satz mit der passenden Übersetzung.

a)

Mwalimu huenda shule kila asubuhi mapema.	Die Lehrerin unterrichtet für gewöhnlich viele Schüler*innen in der Klasse.
Mwalimu huchelewa kurudi nyumbani.	Die Lehrerin geht für gewöhnlich sehr früh zur Schule.
Mwalimu hufundisha wanafunzi wengi darasani.	Die Lehrerin verspätet sich für gewöhnlich nach Hause zurückzukehren.

b)

Wanafunzi huenda shule ya sekondari baada ya kumaliza shule ya msingi.	Die Schüler*innen kommen für gewöhnlich nach den Lehrer*innen an der Schule an.
Wanafunzi wa chuo kikuo husoma kwa bidii kwa kufaulu.	Schüler*innen gehen für gewöhnlich nach Beendigung der Grundschule in die Sekundarschule.
Wanafunzi hufika shuleni baada ya walimu.	Student*innen studieren für gewöhnlich sehr fleißig um erfolgreich zu sein.

c)

Mimi huchoka sana mwisho wa wiki.	Ich arbeite für gewöhnlich fünf Tage in der Woche.
Mimi hupumzika siku mbili mwisho wa wiki.	Ich ruhe mich für gewöhnlich für zwei Tage am Ende der Woche aus.
Mimi hufanya kazi siku tano kwa wiki.	Ich bin für gewöhnlich sehr erschöpft am Ende der Woche.

1.4. Zoezi la nne/ Vierte Übung: -ki- der Gleichzeitigkeit

Tafsiri sentensi zifuatazo. – Übersetze die folgenden Sätze.

1. Nilimsikia akiimba.

_____

2. Tuliwaacha wakicheza.

_____

3. Walituona tukiingia dukani.

_____

4. Tulimwona abiria akishuka kutoka kwenye treni.

_____

1.5. Zoezi la tano/ Fünfte Übung: -ki- der Bedingung

Tafsiri sentensi zifuatazo. – Übersetze die folgenden Sätze.

1. Nikimwona tena nitakuambia.

_____

2. Mwalimu akiingia darasani wanafunzi wanamwamkia kwa kusema „shikamoo" na kusimama.

_____

_____

3. Ukisoma kwa bidii utajua Kiswahili haraka.

_____

4. Ukijifunza maneno matano tu kila siku utajua maneno 140 mwisho wa mwezi.

_____

_____

5. Ukila matunda mengi na nyama kidogo na ukiacha kula sukari utakuwa na afya njema.

_____

_____

6. Wageni wakija kuonana na sisi tutawapeleka nyumbani kwenu pia.

_____

7. Ukiwasha redio tafadhali punguza sauti.

_____

1.6. Zoezi la sita/ Sechste Übung: Verneinung -ki- durch -sipo-

Kanusha sentensi zifuatazo, halafu tafsiri. – Verneine die folgenden Sätze, danach übersetze.

1. Nikisoma kwa bidii nitajua Kiswahili haraka.

_____

_____

2. Ukipanda meli mapema, hutakosa nafasi ya kukaa.

_____

_____

3. Akienda mtoni kabla saa sita atavuna samaki wengi leo.

_____

_____

4. Akikuona atapiga kelele.

_____

_____

5. Ukienda kutalii Tanzania, Kenya na Uganda utaona uzuri wa Afrika mashariki.

_____

_____

6. Akileta magazeti leo tutaweza kusoma habari za leo.

_____

_____

7. Ukimaliza mazoezi yote nitafurahi.

_____

_____

8. Ukiniandikia barua nitakuandikia barua pia na kukutumia zawadi pia.

_____

_____

1.7. Zoezi la saba/ Siebte Übung: Satzbildung mit Objektsilbe

Chagua silabu inayofaa. Halafu tafsiri. – Wähle die passende Silbe aus. Danach übersetze.

1. ku – ki – m – mw

   Nili___ona mwalimu akiingia darasani.

2. vi – wa – ni – ku

   Hivi vikombe nili__nunua jana.

3. vi – li – ku – wa- tu

   Nina__penda mpenzi wangu!

4. li – mi – ku – ya – u

   Maembe bei rahisi, je uta__nunua?

5. u –i– li – pa

   Sioni mswaki wangu. Nafikiri nime__potea.

6. ni – ku – li – i

   Tiketi ume__weka wapi?

7. zi – ku - ni

   Amekuandikia meseji. Je, ume__soma?

1. _____

2. _____

3. _____

4. _____

5. _____

6. _____

7. _____

1.8. Zoezi la nane/ Achte Übung: Muda na Tarehe

Je, ni saa ngapi? – Wie spät ist es?

1.

Sasa ni saa _____

2.

_____

3.

_____

4.

_____

5.

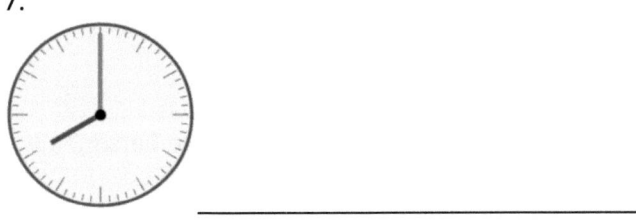

_____

6.

_____

7.

_____

8.

_____

9.

_____

1.9. Zoezi la tisa/ Neunte Übung: Demonstrativpronomen

Unganisha sentensi na utafsiri unaofaa. – Verbinde den Satz mit der passenden Übersetzung.

a)

Kiti hiki hakina mtu.	Diese Stühle sind neu.
Kiti kile kina mtu.	Dieser Mensch ist ein Lehrer.
Viti hivi ni vipya.	Jene Menschen sind groß.
Viti vile vimezeeka.	Jene Stühle sind alt (geworden).
Mtu huyu ni mwalimu.	Jener Stuhl ist besetzt.
Mtu yule ni mjerumani.	Jener Mensch ist eine Deutsche.
Watu hawa wanatoka wapi?	Dieser Stuhl ist leer.
Watu wale ni wakubwa.	Woher kommen diese Personen?

b)

Kijiko hakiko?	Ist der Löffel nicht hier drin?
Kijiko hakipo hapa?	Sind die Kartoffeln nicht im Lagerraum?
Kijiko hakimo?	Gibt es dort im Laden keine Kartoffeln?
Dukani viazi haviko?	Ist der Löffel nicht dort?
Viazi havipo?	Ist der Löffel nicht hier?
Viazi havimo kwenye stoo?	Gibt es hier keine Kartoffeln?

1.10. Zoezi la kumi/ Zehnte Übung: (Verneinter) Subjunktiv

Tafsiri sentensi zifuatazo. – Übersetze die folgenden Sätze.

1. Nikuambie au nisikuambie?

_____

_____

2. Lazima tumshukuru kwa msaada wake. Alitusaidia sana.

_____

3. Afadhali turudi mapema, tusije wamefunga geti.

_____

4. Wageni wamefika, njoo nyumbani, uwasalimie.

_____

5. Ukilewa kidigo tu mwanzoni, usiwasiwasi. Ni kawaida.

_____

6. Tuwakaribishe wageni waje mbele kujitambulisha.

_____

7. Yanibidi nirudi dukani, nimesahau kununua mafuta.

_____

8. Kondakta, nishushe kituoni! Usije ukasahau!

_____

2. Nominalklassen Teil 5 [ku]-Klasse

2.1. Zoezi la kwanza/ Erste Übung: Nominalklassen 5 [ku]

Kamilisha sentensi zifuatazo kwa kutumia neno sahihi kutoka kwenye mabano. Halafu tafsiri. – Vervollständige die folgenden Sätze mit dem korrekten Wort aus den Klammern. Danach übersetze.

1. Kupika chai ya maziwa _____, majani ya chai na viungu. (kunahitaji, kulazimu, kuleta)

_____

_____

2. Kusoma vitabu _____. (kunaelemisha, kunapoa, kulitulia)

_____

3. Kuimba pamoja na watu wengine _____. (kunapendeza, kunakauka, kulia)

_____

4. Kuchota maji _____ nguvu. (kunahitaji, kunapoa, kulitulia)

_____

5. Kufua nguo kwa mikono _____ muda mrefu. (kunachukua, kunarefusha, kunalala)

_____

6. Kuacha kuvuta sigara _____ kuwa na afya njema. (kunasaidia, kunavuta, kunatoa)

_____

2.2. Zoezi la pili/ Zweite Übung: Nominalklassen 1 [ku]

Kamilisha sentensi zifuatazo kwa kutumia neno sahihi kutoka kwenye mabano. Halafu tafsiri. – Vervollständige die folgenden Sätze mit dem korrekten Wort aus den Klammern. Danach übersetze.

1. Aliniandikia ujumbe jana. Nilimshukuru kwa _____. [kuwacheka, kutuita, kunikumbuka)

_____

_____

2. Nimepokea mgeni _____ Ujerumani. (kupata, kutoka, kusafiri)

_____

3. Tuliwaona abiria wakishuka _____ bajaji. (kutoka, kuingia, kupanda)

_____

4. Mama alienda sokoni _____ bidhaa. (kuimba, kukata, kununua)

_____

5. Shuleni wanafunzi hujifunza kwa mfano kusoma na _____. (kulala, kuandika, kupotea)

_____

6. _____ lugha kunahitaji muda na bidii. (kupika, kuleta, kujifunza)

_____

7. _____ lugha mpya inasaidia kufahamiana na watu wapya. (kupika, kuleta, kuzungumza)

_____

3. Mwaliko wa sherehe

3.1. Zoezi la kwanza/ Erste Übung: Mwaliko wa sherehe

Soma simulizi, kisha tafsiri. – Ließ die Erzählung, dann übersetze.

Neema: Habari za siku?

                                  Bi Asha: Nzuri dada, mzima?

Neema: Mzima, asante!

                                    Bi Asha: Kuna mpya?

Neema: Ndiyo. Ninapenda kukualika pamoja na familia yako nyumbani kwetu kwa ajili ya chakula cha jioni. Je mtakuwa na nafasi siku ja jumamosi?

                  Bi Asha: Ninakushukuru kwa mwaliko. Nimezungumza na Husseni. Ndiyo tupo na tutakuwa na nafasi kuwatembelea. Saa ngapi tufike?

Neema: Karibuni saa kumi na mbili! Salamu kwa Ali.

                  Bi Asha: Sawa sawa. Asante. Basi, tutafika saa kumi na mbili. Salamu zimefika.

Neema: Eti, Juma na Khadija bado wako kijijini kwa bibi?

                  Bi Asha: Juma bado yuko kijijini kwa bibi. Khadija amesharudi. Lakini atabaki nyumbani.

Neema: Sawa sawa. Basi karibuni jumamosi.

                                    Bi Asha: Asante.

Neema: _____

          Asha: _____

Neema: _____

          Asha: _____

Neema: _____

_____

_____

          Asha: _____

          _____

          _____

Neema: _____

_____

          Asha: _____

          _____

Neema: _____

_____

          Asha: _____

          _____

Neema: _____

          Asha: _____

3.2. Zoezi la pili/ Zweite Übung: Mwaliko wa sherehe

Jibu maswali yafuatayo. – Beantworte die folgenden Fragen.

1. Je Neema anamwandikia nani?

_____

2. Je nani anaandika meseji ya kwanza, Neema au Asha?

_____

3. Je Neema anamwalika Asha kwa ajili ya chai ya asubuhi?

_____

4. Siku gani Neema anawaalika Asha na familia yake?

_____

5. Wataenda kula chakula cha jioni hotelini?

_____

6. Bi Asha na Mzee Hussein watakuwa na nafasi kumtembelea Neema na familia yake?

_____

7. Bi Asha na Mzee Hussein wamealikwa saa ngapi?

_____

8. Juma amerudi kutoka kijijini?

_____

9. Khadija yuko wapi?

_____

4. Relativsätze

4.1. Zoezi la kwanza/ Erste Übung: Relativsätze

Kamilisha sentensi zifuatazo kwa kutumia „Relativformsatz I" halafu tafsiri. Vervollständige die folgenden Sätze im Relativsatzform I, danach übersetze.

1. Watoto amba___ wamepita sasa hivi wanaenda shuleni.

_____

2. Bidhaa amba___ zinauzwa sokoni ni ghali kuliko supermarket.

_____

3. Amesoma vitabu vyote amba___ vinasaidia kujifunza Kiswahili.

_____

4. Mtu amba__ anajua Kiswahili tayari atamaliza mazoezi haya haraka.

_____

5. Mtangazaji alitangaza habari leo amba___ nilizisikia jana.

_____

6. Mlima amba___ unaonekana pale mbele ni mlima wa Kilimanjaro.

_____

7. Ninatafuta duka la dawa amba___ litafunguliwa mapema.

_____

8. Machungwa amba___ umeyanunua ni matamu sana.

_____

4.2. Zoezi la pili/ Zweite Übung: Relativsätze

Tafsiri sentensi zifuatazo. – Übersetze die folgenden Sätze.

1. Nambari yangu ya simu ya mkononi ifuatayo: +255 755 87 77 9.

_____

2. Wageni ambao wameingia sasa hivi walitoka kijijini jana.

_____

3. Wiki iliyopita nilisafiri kwenda Kigoma.

_____

4. Vikombe vyote vilivyoanguka vilivunjika.

_____

5. Kidole kilichovunjika kilipona.

_____

6. Mwaka uliopita nilianza kusoma Kiswahili.

_____

7. Ajali iliyotokea barabara kuu jana iliadhiri watu wengi.

_____

8. China ni nchi inayoongoza kwa ukubwa duniani.

_____

9. Habari zilizotangazwa leo zilinichanganja.

_____

4.3. Zoezi la tatu/ Dritte Übung: Relativsätze

Tafsiri na jibu maswali yafuatayo. – Übersetze und beantworte die folgenden Fragen.

1. Mtu anayefundisha watoto anafanya kazi ya uwalimu au kilimo?

_____

_____

2. Siku inayofuata ijumaa ni siku gani?

_____

_____

3. Mchele uliopikwa si mchele tena, badala yake unaitwaje?

_____

_____

4. Kawaida matunda yanayonuka yemeiva au yameoza?

_____

_____

5. Mtoto anayesoma shuleni anaitwa daktari?

_____

_____

6. Lugha ya Kiswahili ni lugha inayopanua au inayopungua duniani?

_____

_____

7. Samaki ni mnyama anayeishi baharini na ziwani au milimani?

_____

_____

8. Lugha ya Kiswahili na lugha ya Kiarabu zina maneno mengi yanayofanana, sahihi au si sahihi?

_____

_____

9. Mwezi unaofuata mwezi wa tano ni mwezi gani?

_____

_____

4.3. Zoezi la nne/ Vierte Übung: Relativsätze

Unganisha sentensi na utafsiri unaofaa. – Verbinde die Sätze mit den passenden Übersetzungen.

Nani ajuaye?	Dasjenige, das dich zwick/beißt, sitzt in deiner Kleidung.
Atakuja mwezi ujao?	Hast Du unter der folgenden Nummer an-/durchgerufen?
Utarudi mwaka ujao?	Wer weiß es?
Je, ulipiga simu kwa nambari ifuatayo.	Wird er/sie nächsten/ im folgenden Monat kommen?
Kikulacho ni nguoni mwako.	So (wie es ist) ist es.
Hivyo ndivyo ilivyo.	Kommst Du im nächsten/ folgenden Jahr zurück?

5. Verneinung von Relativsätzen

5.1. Zoezi la kwanza/ Erste Übung: Verneinung von Relativsätzen

Chagua sentensi inayokanusha sahihi sentensi ya upande wa kushoto .
– Wähle den Satz welcher korrekt den linken Satz verneint.

a)

Watoto ambao wamepita sasa hivi wanaenda shuleni.	Watoto ambasiyo wamepita sasa hivi wanaenda shule.
	Watoto ambao wamepita sasa hivi hawaendi shuleni.
	Watoto si ambao wamepita sasa hivi wanaenda shuleni.

b)

Bidhaa ambazo zinauzwa sokoni ni ghali kuliko supermarket.	Bidhaa ambazosi inauzwa sokoni ni ghali kuliko supermarket.
	Bidhaa ambazo zinauzwa sokoni si ghali kuliko supermarket.
	Bidhaa ambazo sinauzwa sokoni ni ghali kuliko supermarket.

c)

Amesoma vitabu vyote ambavyo vinasaidia kujifunza Kiswahili.	Hajasoma vitabu vyote ambavyo vinasaidia kujifunza Kiswahili.
	Hamesoma vitabu vyote ambavyo vinasaidia kujifunza Kiswahili.
	Amesoma vitabu vyote ambasivyo vinasaidia kujifunza Kiswahili.

5.2. Zoezi la pili/ Zweite Übung: Verneinung von Relativsätzen

Tafsiri na kanusha sentensi zifuatazo. – Übersetze und verneine die folgenden Sätze.

1. Mwalimu anayefundisha watoto ni hodari.

_____

_____

2. Watoto hawa wanaofanana ni ndugu.

_____

_____

3. Maji yaliyochemka ni ya moto, si baridi.

_____

_____

4. Kawaida gari linalobaki barabarani linaibwa.

_____

_____

5. Mwanafunzi anayesoma shuleni kwa bidii atapata kazi nzuri.

_____

_____

6. Lugha ya Kiswahili ni lugha inayotumika Tanzania tu.

_____

_____

6. Verbderivate

6.1. Zoezi la kwanza/ Erste Übung: Verbderivate – Passiv

Tunga mzizi ya kitensi halafu unganisha misamiati na utafsiri unaofaa. – Bilde die Verbgrundform, dann verbinde die Vokabeln mit der passenden Übersetzung.

Grundform	Passiv	Übersetzung
-sema	-semwa	geehelicht werden
	-olewa	übersetzt werden
	-fasiriwa	verziehen werden
	-jibiwa	beantwortet werden
	-samehewa	gesagt werden

6.2. Zoezi la pili/ Zweite Übung: Verbderivate – Passiv

Tafsiri sentensi zifuatazo. – Übersetze die folgenden Sätze.

1. Nimenunuliwa pipi na baba.

_____

2. Alipewa zawadi kwa vile amefanikiwa kumaliza masomo.

_____

3. Wamefiwa na bibi juzi.

_____

4. Vitu vyote vimeondolewa mezani.

_____

5. Nimeambiwa kwamba wageni watafika kesho.

_____

6. Alichelewa kufika uwanja wa ndege.

_____

6.3. Zoezi la tatu/ Dritte Übung: Verbderivate – Reziprok

Tunga mzizi ya kitensi halafu unganisha misamiati na utafsiri unaofaa.
– Bilde die Verbgrundform, dann verbinde die Vokabeln mit der
passenden Übersetzung.

Grundform	Reziprok	Übersetzung
	-elewana	einander verstehen
	-kutana	einander treffen
	-ungana	einander folgen
	-fuatana	einander grüßen
	-salimiana	sich verein(ig)en

6.4. Zoezi la nne/ Vierte Übung: Verbderivate – Reziprok

Tafsiri sentensi zifuatazo. – Übersetze die folgenden Sätze.

1. Tutaonana tena mungu akipenda.

_____

2. Milima haikutani lakini watu hukutana.

_____

3. Walipendana kwa moyo wote.

_____

4. Walipigana juu ya kitu kidogo sana.

_____

5. Mimi na yeye tulishirikiana kuanzisha taasisi ya lugha ya Kiswahili.

_____

6. Ninaungana mikono na wewe.

_____

6.5. Zoezi la tano/ Fünfte Übung: Verbderivate – Applikativ

Tunga mzizi ya kitensi halafu unganisha misamiati na utafsiri unaofaa.
– Bilde die Verbgrundform, dann verbinde die Vokabeln mit der passenden Übersetzung.

Grundform	Applikativ	Übersetzung
	-rudia	an etwas denken
	-pikia	etwas besichtigen
	-tembelea	wiederholen
	-fikiria	jmd. besuchen
	-tazamia	für jmd. etw. kochen

6.6. Zoezi la sita/ Sechste Übung: Verbderivate – Applikativ

Tafsiri sentensi zifuatazo. – Übersetze die folgenden Sätze.

1. Aliniandikia barua-pepe jana.

_____

2. Alituulizia njia kwenda mlimani.

_____

3. Alianzia kazi yake jana au juzi?

_____

4. Walisherekea siku ya uhuru kwa sherehe kubwa.

_____

5. Aliendelea na mazoezi yake.

_____

6. Je Juma huvua au havui viatu kabla hajaingia msikitini?

_____

6.7. Zoezi la saba/ Siebte Übung: Verbderivate – Stativ

Tunga mzizi ya kitensi halafu unganisha misamiati na utafsiri unaofaa.
– Bilde die Verbgrundform, dann verbinde die Vokabeln mit der
passenden Übersetzung.

Grundform	Stativ	Übersetzung
	-semekana	beendet sein
	-tumika	unmöglich (sein)
	-shindikana	hörbar (sein)
	-malizika	sagbar, aussprechbar
	-sikika	nutzbar

6.8. Zoezi la nane/ Achte Übung: Verbderivate – Stativ

Tafsiri sentensi zifuatazo. – Übersetze die folgenden Sätze.

1. Njia hii inapitika hata baada ya mvua.

_____

2. Aliingia, akagonga na meza na vikombe vyote vikaanguka na kuvunjika.

_____

3. Nimetosheka na maneno yake.

_____

4. Kujua lugha mpya inahitajika nia na muda wa kusoma na bidii.

_____

5. Chakula kinapatikana saa hizi?

_____

6. Sherehe itafanyika siku ya ijumaa, tarehe 6, mwezi wa tano.

_____

6.9. Zoezi la tisa/ Neunte Übung: Verbderivate – Kausativ

Tunga mzizi ya kitensi halafu unganisha misamiati na utafsiri unaofaa.
– Bilde die Verbgrundform, dann verbinde die Vokabeln mit der passenden Übersetzung.

Grundform	Kausativ	Übersetzung
	-anzisha	gefallen
	-karibisha	erfüllen
	-pendeza	etw. beginnen, gründen
	-timiza	willkommen heißen
	-kataza	verbieten/verboten sein

6.10. Zoezi la kumi/ Zehnte Übung: Verbderivate – Kausativ

Tafsiri sentensi zifuatazo. – Übersetze die folgenden Sätze.

1. Kujua lugha ya Kiswahili kunakuwezesha kuzungumza na watu wengi.

_____

2. Mara hii polisi walisimamisha basi letu mara tatu.

_____

3. Ulibadilisha mashuka? Maana wageni watafika leo.

_____

4. Aliendesha gari kama mwendawazimu.

_____

5. Ulisahau kuwasha taa au umeme umekatika, maana naona giza tu!

_____

6. Nilisikiliza redio mchana hadi jioni.

_____

7. Maandalizi ya sherehe

7.1. Zoezi la kwanza/ Erste Übung: Maandalizi ya sherehe

Soma simulizi, kisha tafsiri. – Ließ die Erzählung, dann übersetze.

Leo ni sikukuu. Baraka na Neema na Upendo watakuwa na wageni. Familia nzima inafanya maandalizi ya sherehe.

Neema: Upendo njoo jikoni. Ninakuomba ufagie ndani, halafu tupike chakula.

Upendo: Sawa mama. Mfagio uko wapi?

Neema: Umeupoteza? Si, umeuweka nyuma ya mlango leo asubuhi?!

Upendo: Ni kweli mama. Nimeupata.

Baada ya Upendo kumaliza kufagia.

Neema: Upendo, chukua kisu ukate vitunguu na vitunguu saumu. Tumia kile kisu ambacho kipo mezani.

Upendo: Haya mama. Tayari vitunguu vimekatwa, pia nimekata vitunguu saumu.

Neema: Vizuri sana Upendo. Na mimi nimeosha mchele. Nenda uchukue ile sufuria tuliitumia jana kuchemsha maji, tupike.

Upendo: Haya mama.

Baraka: Neema, nitaenda sasa kuwapokea wageni kituoni. Wamenipigia simu kwamba wanakaribia kufika. Pia nitanunua soda njiani.

Neema: Sawa. Na sisi tunakaribia kumaliza kupika. Upendo ataandaa meza sasa hivi halafu tumemaliza. Upendo nenda uandae meza.

Upendo: Nimeshaandaa meza mama. Tuko tayari kupokea wageni.

_____

_____

Neema:_____

_____

Upendo:_____

Neema:_____

Upendo:_____

Baada ya.... _____

Neema:_____

_____

Upendo:_____

_____

Neema:_____

_____

Upendo:_____

Baraka:_____

_____

Neema:_____

_____

Upendo:_____

7.2. Zoezi la pili/ Zweite Übung: Maandalizi ya sherehe

Soma mazungumzo ya hapo juu tena na jibu maswali kwa kuchagua majibu yaliyo sahihi. – Lies die Unterhaltung oben erneut und beantworte die Fragen indem Du die korrekten Antworten auswählst.

Baraka, Neema na Upendo wanasherekea nini?	a) Wanasherekea kumaliza kazi.
	b) Wanasherekea sikukuu.
	c) Hawasherekei.
Nani anaandaa sherehe?	a) Wote wanaandaa sherehe.
	b) Neema na Upendo wanaandaa chakula na Baraka anawapokea wageni kituoni.
	c) Wageni wanaandaa sherehe.
Kweli ni Neema anayefagia?	a) Ndiyo Neema anafagia.
	b) Moto wake Neema anafagia.
	c) Mume wake Neema anafagia.
Watakunywa nini?	a) Wote watakunywa soda.
	b) Watakunjwa kahawa.
	c) Hatujui watakunywa nini.
Baraka atawapokea wageni wapi?	a) Anawapokea uwanja wa ndege.
	b) Anawapokea kituo cha basi.
	c) Anawapokea stesheni.
Wako tayari kupokea wageni?	a) Hawako tayari.
	b) Wako tayari.
	c) Wako mbali sana.

8. Sherehe ya Mzee Hussein

Neema na Baraka, pamoja na Silke na Klaus wamealikwa na Mzee Hussein kutembelea familia yake kwa ajili ya chakula cha jioni.

Neema: Hodi!

Bi Asha: Karibuni. Karibuni wageni.

Neema: Asante. Habari za siku?

Mzee Hussein: Nzuri. Ingieni. Karibuni ndani.

Klaus: Asante. Jamani wazima?

Mzee Hussein: Wazima. Karibuni. Tunafurahi sana kwamba mmekuja kututembelea.

Klaus: Na sisi tumefurahi kualikwa. Asanteni kwa mualiko.

Bi Asha: Kupoeka wageni ni baraka. Hasa leo, kwa sababu leo ni sikukuu ya kiislamu. Leo ni Idi.

Baraka: Na kama siku zote sisi hufurahi kusherekea pamoja na nyinyi.

Klaus: Baraka na Mzee Hussein, lini mlisherekea pamoja mara ya mwisho?

Mzee Hussein: Kama ninakumbuka vizuri tulisherekea pamoja mara ya mwisho sikukuu ya Krismasi, au sivyo Baraka.

Baraka: Ndiyo, ndiyo, sawa hivyo.

Klaus: Kumbe! Mnasherekea sikukuu ya kikristo na sikukuu ya kiislamu pamoja?!

Baraka: Ndiyo, kawaida sisi hutembeleana na kusherekea pamoja. Au tunawaletea marafiki zetu chakula.

Bi Asha: Tena chakula kiko tayari. Karibuni mezani, tule!

8.1. Zoezi la kwanza/ Erste Übung: Sherehe ya Mzee Hussein

Tafsiri simulizi uliyoisoma hapa juu. – Übersetze die Erzählung, die Du oben gelesen hast.

_____

_____

Neema: _____

Bi Asha: _____

Neema: _____

Mzee Hussein: _____

Klaus: Asante. _____

Mzee Hussein: _____

Klaus: _____

Bi Asha: _____

_____

Baraka: _____

Klaus: _____

_____

Mzee Hussein: _____

_____

Baraka: _____

Klaus: _____

Baraka: _____

_____

Bi Asha: _____

8.2. Zoezi la pili/ Zweite Übung: Sherehe ya Mzee Hussein

Soma mazungumzo ya hapo juu tena na jibu maswali kwa kuchagua majibu yaliyo sahihi. – Lies die Unterhaltung oben erneut und beantworte die Fragen indem Du die korrekten Antworten auswählst.

Nani amealikwa kwa Mzee Huseein na familia yake?	a) Wazazi wa Mzee Hussein b) Klaus na Hamza c) Baraka, Neema, Silke na Klaus
Je, kuna sababu maalum kwa nini akina Baraka wemealikwa?	a) Hakuna sababu maalum. b) Kuna sababu maalum. c) Sababu maalum ni sikukuu ya kiislamu yaani Idi.
Je, kwa sababu gani Bi Asha anafurahi kupokea wageni?	a) Anafurahi kwa sababu kupokea wageni ni hasara kubwa. b) Anafurahi kwa sababu kupokea wageni ni baraka. c) Kwa sababu yeye hayupo.
Lini familia ya Mzee Hussein na familia ya Baraka walisherekea pamoja mara ya mwisho?	a) Wakati wa pasaka b) Wakati wa Ramadhani c) Wakati wa mwaka mpya
Je, wanasherekea sikukuu ya kikristo na ya kiislamu pamoja?	a) Hawapendani kwa hivyo hawasherekei pamoja. b) Ndiyo au wanaleteana chakula mara kwa mara. c) Wanasherekea siku ya kikristo tu pamoja.

9. Bedingungssätze mit -nge-

9.1. Zoezi la kwanza/ Erste Übung: Bedingungssätze mit -nge-

Unganisha sentensi na utafsiri unaofaa. – Verbinde den Satz mit der passenden Übersetzung.

a)

Ningemkuta sasa ningempiga ngumi.	Wenn sie ihn anrufen würden, würde er es uns sagen.
Tungeenda mbuga za wanyama ungeona wanyamapori wengi.	Wenn Du mich lieben würdest, würdest Du mir ein Geschenk kaufen.
Kama wangempigia simu, angetuambia.	Wenn es regnen würde, würden wir nass werden.
Ungenipenda ungeninunulia zawadi.	Wenn wir in die Nationalparks reisen würden, würden wir viele Wildtiere sehen.
Mvua ingenyesha, tungeroa.	Wenn ich ihn jetzt treffen würde, würde ich ihm ins Gesicht boxen.

b)

Ungemwona ungemtambua haraka.	Wenn der Hahn krähen würde, würden wir ihn von weitem hören.
Jogoo angewika tungemsikia kutoka mbali.	Wenn Du siegen wolltest, könntest Du (es).
Ungetaka kushinda ungeweza kushinda.	Wenn die Früchte reif wären, würden sie gut riechen.
Matunda yangeiva yangenukia vizuri.	Würdest Du ihn sehen, würdest Du ihn schnell erkennen.

9.2. Zoezi la pili/ Zweite Übung: Bedingungssätze mit -nge-

Tafsiri sentensi zifuatazo kwa Kijerumani. – Übersetze die folgenden Sätze ins Deutsche.

1. Angepiga kelele tungetoka nje kuona kwa nini anapiga kelele.

_____

2. Ungefanya mazoezi kila siku ungejua Kiswahili haraka.

_____

3. Maji yangetosha wangebaki kijijini kwako.

_____

4. Maembe yangeiva tayari, tungeyakuta sokoni.

_____

5. Ungepumzika sasa hivi nguvu ingerudi mara moja.

_____

6. Matunda yangeoza ungesikia harufu mbaya.

_____

7. Polisi wangesimamisha gari letu njiani tungechelewa kufika.

_____

8. Ningekunywa maziwa saa hizi ningelala mapema leo.

_____

9. Madawa yangeisha wagonjwa wangepata tabu sana.

_____

10. Ungechelewa kidogo kuanza kumtafuta angeweza kujificha vizuri.

_____

9.3. Zoezi la tatu/ Dritte Übung: Bedingungssätze mit -nge-

Tafsiri sentensi zifuatazo kwa Kiswahili. – Übersetze die folgenden Sätze ins Kiswahili.

1. Würdest Du Kiswahili sprechen, würden sie Dich verstehen.

_____

2. Würdest Du ein Lied singen, würden wir tanzen.

_____

3. Würden zwei Tassen reichen, nicht wahr, ihr würdet es uns sagen!

_____

4. Würde er die Straße langsam überqueren, würde er mit Gewissheit mit einem Daladala zusammenstoßen.

_____

_____

5. Würde das Kind ein Geschenk bekommen, würde es lachen.

_____

6. Würden die Gäste kommen, würden wir zusammen essen können.

_____

7. Würdest Du hier bleiben, auch ich würde hier bleiben.

_____

8. Würdest Du das Zimmer verlassen, würden wir die Fenster öffnen.

_____

10. Bedingungssätze mit -ngali-

10.1. Zoezi la kwanza/ Erste Übung: Bedingungssätze mit -ngali-

Unganisha sentensi na utafsiri unaofaa. – Verbinde den Satz mit der passenden Übersetzung.

a)

Ningalimkuta jana ningalimpiga ngumi.	Wenn es geregnet hätte, wären wir nass geworden.
Tungalienda mbuga za wanyama ungaliona wanyamapori wengi.	Wenn Du mich geliebt hättest, hättest Du mir ein Geschenk gekauft.
Wangalimpigia simu, angalituambia.	Wenn sie ihn anrufen hätten, hätte er es uns sagen.
Ungalinipenda ungalininunulia zawadi.	Hätte ich ihn gestern getroffen, hätte ich ihm ins Gesicht geboxt.
Mvua ingalinyesha, tungaliroa.	Wenn wir in die Nationalparks gereist wären, hätten wir viele Wildtiere gesehen.

b)

Ungalimwona ungalimtambua haraka.	Wenn der Hahn gekräht hätte, hätten wir ihn von weitem gehört.
Jogoo angaliwika tungalimsikia kwa mbali.	Wenn Du hättest siegen wollen, hättest Du siegen können.
Ungalitaka kushinda ungaliweza kushinda.	Wenn die Früchte reif gewesen wären, hätten sie gut gerochen.
Matunda yangaliiva yangalinukia vizuri.	Hättest Du ihn gesehen, hättest Du ihn schnell erkannt.

10.2. Zoezi la pili/ Zweite Übung: Bedingungssätze mit -ngali-

Tafsiri sentensi zifuatazo kwa Kijerumani. – Übersetze die folgenden Sätze auf Deutsch.

1. Kitabu kiko chumbani. Ungalienda chumbani, ungalikiona.

_____

2. • Hamkuniona? □ Ndiyo, hatukuona. Ungaliwasha kamera tungalikuwona. • Ningalijua, ningaliwasha kamera.

_____

_____

3. Ungalianza kwenda gym mwaka jana ungaliongezeka misuli sasa.

_____

4. Angalilipa kodi kila mara angalikuwa hana deni sasa.

_____

5. Yeye angalikuwa mwalimu wangu, nigalisoma kwa bidii zaidi.

_____

6. • Watoto wangalikusalimia kwa kusema shikamoo, ungalijibu nini? □ Ningalijibu marahaba.

_____

_____

7. Tungalifika Mbeya asubuhi, tungaliwahi treni kwenda Morogoro.

_____

8. Wadudu wangaliingia jikoni usiku, ningaliwaua wote.

_____

10.3. Zoezi la tatu/ Dritte Übung: Bedingungssätze mit -ngali-

Tafsiri kwa Kiswahili. – Übersetze ins Kiswahili.

1. Wäre ich Du gewesen, wäre ich nach Tansania gereist.

_____

2. Hätte er sein Ticket mitgebracht, wäre ihm das Eintreten erlaubt worden.

_____

3. Hättest Du gewollt den alten Mann zu respektieren, hättest Du ihn respektvoll begrüßt.

_____

4. Wärest Du früh schlafen gegangen, wärest Du früh aufgewacht.

_____

5. Hätten sie die Fähre genommen die gesunken ist, wären auch sie gesunken/ ertrunken.

_____

6. Wären wir morgens am Berg angekommen, hätten wir den Löwen gesehen während er jagt.

_____

7. Hätte der Arzt die Kranke gesehen, hätte er sie behandeln können.

_____

8. • Hey, hättest Du mich gestern gesehen, was hättest Du mir mitgeteilt? □ Hätten wir uns gestern getroffen, hätte ich Dir erzählt, dass wir uns unbedingt heute treffen sollten.

_____

_____

11. Verneinung von -nge- und -ngali-

11.1. Zoezi la kwanza/ Erste Übung: Verneinung von -nge- und -ngali-

Unganisha sentensi na sentensi inayokanusha maana yake. – Verbinde den Satz mit dem passenden Satz verneinter Bedeutung.

a)

Ningalimkuta jana ningalimpiga ngumi.	Usingenipenda usingeninunulia zawadi.
Tungalienda mbuga za wanyama ungaliona wanyamapori wengi.	Tusingeenda mbuga za wanyama usingeona wanyamapori wengi.
Wangalimpigia simu, angalituambia.	Nisingemkuta jana, nisingempiga ngumi.
Ungalinipenda ungalininunulia zawadi.	Wasingempigia simu, asingetuambia.
Mvua ingalinyesha, tungaliroa.	Mvua isingenyesha tusingeroa.

b)

Ungalimwona ungalimtambua haraka.	Matunda yasingeiva yasingenukia vizuri.
Jogoo angaliwika tungalimsikia kwa mbali.	Usingemwona usingemtambua haraka.
Ungalitaka kushinda ungaliweza kushinda.	Jogoo asingewika tusingemsikia kwa mbali.
Matunda yangaliiva yangalinukia vizuri.	Usingetaka kushinda usingeweza kushinda.
Angalilipa tungalimshukuru.	Asingelipa tusingemshukuru.

11.2. Zoezi la pili/ Zweite Übung: Verneinung von -nge- und -ngali-

Kanusha sentensi zifuatazo. Halafu tafsiri. – Verneine die folgenden Sätze. Danach übersetze.

1. Ningemkuta sasa ningemsalimia.

_____

_____

2. Tungepanda basi ya kampuni yao ungelipa bei nafuu.

_____

_____

3. Ungenipenda ungeninunulia viatu hivi.

_____

_____

4. Maji yangechemka, tungeyakunywa.

_____

_____

5. Ungemtembelea baada ya operesheni angefurahi sana.

_____

_____

6. Ungekata tiketi ungeweza kusafiri leo.

_____

_____

7. Ungemleta hapa angepata marafiki wengi haraka.

_____

_____

11.3. Zoezi la tatu/ Dritte Übung: Verneinung von -nge- und -ngali-

Kanusha na tafsiri sentensi zifuatazo. Verneine und übersetze die folgenden Sätze.

1. Ungalienda chumbani, ungalikiona kitabu.

_____

_____

2. Ungaliwasha kamera tungalikuwona.

_____

_____

3. Yeye angalikuwa mwalimu wangu, nigalisoma kwa bidii zaidi.

_____

_____

4. Wangalifika mapema, wangalimwona baba.

_____

_____

5. Kama wangalitusimamisha, tungalichelewa kufika.

_____

_____

6. Kama angalituamsha mapema, tungaliwahi shuleni.

_____

_____

7. Ningalijifunza misamiti mitano kila siku, ningalijua maneno mengi sasa.

_____

_____.

12. Safari

12.1. Zoezi la kwanza/ Erste Übung: Safari

Soma simulizi, kisha tafsiri. – Ließ die Erzählung, dann übersetze.

Klaus na Silke ni watalii. Wanatalii Tanzania na kutembelea mbugani.

Muongoza watalii: Mabibi na mabwana tunasema karibuni sana. Tanzania yetu hakuna matata. Sasa tunaingia mbuga ya wanyama ya Ngorongoro. Mbuga hii si kubwa sana. Lakini inapendeza sana. Kuna wanyama wengi sana na mazingira inavutia. Wengi wa wanyamapori wanaoishi hapa tutawaona leo. Baadhi wao ni wakubwa na wengine wadogo. Kila mmoja ajiskie huru kupiga picha, lakini hairuhusiwi kuwapa wanyama chakula.

Klaus: Je wanyama gani tutawaona leo?

Muongoza watalii: Leo hii inawezekana kwamba tutaona wanyama kama simba, tembo na vifaru. Pia tutaona pundamilia na nyati wengi. Bila shaka baadhi ya sehemu tutaona aina mbalimbali ya ndege pia. Basi tunaingia sasa na kuzunguka bonde la Ngorongoro.

(Mazungumzo baada ya kuzunguka kwenye mbuga ya Ngorongoro)

Silke: Jamani mbuga ya Ngorongoro inapendeza sana! Sijawahi kuona wanyama wengi na wakumbwa sehemu nyingine duniani. Sikutarajia kuona hata chui! Nimepapenda sana.

Klaus: Mimi pia nimepapenda sana! Nimefurahi kuona tembo, simba na twiga, mbali na vifaru na pundamilia.

Silke: Tusingefika tungekosa furaha kubwa. Ninawashukuru marafiki zetu, walitushauri vizuri. Unakumbuka Klaus, walisema lazima tuende Ngorongoro.

Klaus: Ndiyo! Ngoja, nitawaandikia meseji na kuwashukuru sasa hivi…

Klaus und Silke _____

Muongoza watalii: _____

_____

_____

_____

_____

_____

Klaus: _____

Muongoza watalii: _____

_____

_____

_____

(_____)

Silke: _____

_____

_____

Klaus: _____

_____

Silke: _____

_____

_____

Klaus: _____...

12.2. Zoezi la pili/ Zweite Übung: Safari

Kamilisha sentensi zifuatazo kwa kukumbuka simuluzi uliyoisoma hapa juu. Halafu tafsiri. Vervollständige die folgenden Sätze mit Erinnerung an die Geschichte die Du oben gelesen hast. Danach übersetze.

1. Klaus na Silke wanatalii nich ya _____ .

_____

2. Wanatembelea _____ ya Ngorongoro.

_____

3. Anayewakaribisha kwa kusema: Tanzania yetu hakuna matata alikuwa _____ .

_____

_____

4. Mbuga ya Ngorongoro si kubwa ila _____ .

_____

5. Muongoza watalii aliahidi kwamba wataona _____ wengi wanaoishi mbugani wakati wa kuzunguka bondeni.

_____

_____

6. Watalii waliruhusiwa _____ ila walikatazwa _____ .

_____

_____

7. Silke alishukuru _____ kwa kuwashauri kwenda kutembelea _____ .

_____

_____

13. Nominalklassen Teil 6 – [u]-Klasse

13.1. Zoezi la kwanza/ Erste Übung: [u]-Klasse

Unganisha neno na utafsiri unaofaa. – Verbinde das Wort mit der passenden Übersetzung.

a)

ukubwa	Christentum
umoja	Größe
Ukristo	Brett
ubao	Deutschland
Ujerumani	Einheit

b)

ubawa	Lied
uso	Flügel
ulimi	Gesicht
ulimwengu	Zunge
wimbo	Welt

c)

udongo	Alter
urefu	Schlaf/ Müdigkeit
unga	Mehl
usingizi	Länge
uzee	Erde

13.2. Zoezi la pili/ Zweite Übung: [u]-Klasse

Chagua neno lilio sahihi. Halafu tafsiri.– Wähle das richtige Wort aus. Danach übersetze.

1. uzima – upepo – ubao   Amepeleka ____ kwa seremala.

2. udongo – uso – umeme   ____ wake umevimba vibaya.

3. uma – unga – usingizi   Ninasikia ____ bora nilale.

4. Ujerumani – upo – uzi   Amefika ____ jana.

5. unga – uzi – uji   Lete ____ nipike ugali.

6. udaktari – umoja – unga   Chuo kikuu amesoma ____?

7. ubawa – upepo - uso   Ndege aliruka ingawa aliumia ____ mmoja.

1. _____

2. _____

3. _____

4. _____

5. _____

6. _____

7. _____

14. Kuelekea shuleni

14.1. Zoezi la kwanza/ Erste Übung: Kuelekea shuleni

Soma simulizi, kisha tafsiri. – Ließ die Erzählung, dann übersetze.

Neema ni mwalimu. Leo Silke anataka kumtembelea Neema kazini.
Hajui shule iko wapi. Anamwomba Neema kueleza njia.

Silke: Habari za leo Neema?

Neema: Nzuri. Unaendeleaje na wewe?

Silke: Ninaendelea vizuri. Neema ninataka kutimia ahadi yangu leo. Ninapenda kukutembelea kazini leo.

Neema: Ala! Wazo zuri. Je unajua shule iko wapi?

Silke: Hapana. Nitafikaje shuleni?

Neema: Kwanza panda Daladala hadi kituo cha *Mwenge*. Huko panda mwendokasi kuelekea stesheni. Shuka kituo cha *Kona*. Ukishuka pinda kushoto. Fuata njia Daladala itakapoelekea kama hatua mia tatu hivi. Utakuta njia panda. Pinda kulia tena na fuata mtaa hadi ukifika mbuyuni. Pale upande wa kushoto utanona mbango wa shule. Ingia kichochoro kulia kwake, baada ya hatua mia utakuwa umefika.

Silke: Asante, kweli nitafika? Mara kupinda kulia mara kushoto...

Neema: Utafika tu, usiwe na wasiwasi. Si, una simu ya mkononi? Tumia tu ramani ya mtandaoni.

Silke: Ah! Mimi na simu ya mkononi... si unanijua...

Neema: Ni kweli. Basi bora tufanye hivi. Ukifika kituoni utanipigia simu. Mwanafunzi atakuja kukupokea pale.

Silke: Hivyo sawa. Ninakushukuru na ninafurahi kukutembelea.

_____

_____

Silke: _____

Neema: _____

Silke: _____

_____

Neema: _____

Silke: _____

Neema: _____

_____

_____

_____

_____

Silke: _____

Neema: _____

_____

Silke: _____

Neema: _____

_____

Silke: _____

14.2. Zoezi la pili/ Zweite Übung: Kuelekea shuleni

Soma mazungumzo ya hapo juu tena na jibu maswali kwa kuchagua majibu yaliyo sahihi. – Lies die Unterhaltung oben erneut und beantworte die Fragen indem Du die korrekten Antworten auswählst.

Silke anataka kumtembelea Neema wapi?	a) Anataka kumtembelea kazini kwake.
	b) Anataka kumtembelea shuleni.
	c) Anataka kumtembelea hospitalini.
Je Silke anajua shule iko wapi?	a) Silke amefika shule mara nyingi.
	b) Mwanzo hajui, ila Neema anamjulisha.
	c) Silke yuko shuleni.
Silke anapanda chombo gani?	a) Pikipiki na gari
	b) Mwendokasi na Daladala
	c) Bajaji na basi
Baada ya kushuka kituoni Silke anatakiwa kwenda wapi?	a) Anatakiwa kwenda moja kwa moja.
	b) Anatakiwa kupinda kushoto.
	c) Anatakiwa kupinda kulia.
Baada ya kuona mbango wa shule atapita wapi?	a) Atapita barabara kuu.
	b) Atapita mtaa.
	c) Atainga kichochoro.
Silke ni mtaalamu wa kutumia simu ya mkononi?	a) Yeye mtaalamu wa simu.
	b) Yeye si mtaalamu wa simu.
	c) Anaona shida kutumia app ya ramani.
Mwisho Silke atafika shuleni peke yake?	a) Atafika peke yake.
	b) Neema atampokea kituoni.
	c) Mwanafunzi atampokea kituoni.

15. Neema anafundisha

15.1. Zoezi la kwanza/ Erste Übung: Neema anafundisha

Soma simulizi, kisha tafsiri. – Ließ die Erzählung, dann übersetze.

Neema ni mwalimu. Leo anasomesha somo la Jiografia darasa la nne. Anawauliza wanafunzi baadhi ya maswali kuhusu bara na baadhi ya nchi duniani.

Neema: Hamjambo wanafunzi?

Wanafunzi: Hatujambo, shikamoo mwalimu!

Neema: Marahaba! Leo tuanze na marudio ya mafunzo ya jana. Je nani anajua kuna mabara mangapi? Je, Agnes unajua?

Agnes: Kuna mabara saba.

Neema: Sahihi. Umejibu vizuri. Je Juma, mabara yanaitwaje?

Juma: Kuna bara la Antaktika na Australia. Kuna bara la Asia. Ni bara kubwa kabisa. Tena kuna bara la Afrika, bara la Amrika kaskazini, Amrika ya kusini na Ulaya.

Neema: Sawa, sawa. Umefanya vizuri Juma. Je Tanzania iko bara gani?

Amani: Tanzania ipo bara la Afrika. Ipo Afrika mashariki.

Neema: Na Ufaransa je? Amani!

Amani: Ufaransa iko bara la Ulaya. Ipo magharibi ya Ulaya. Ni nchi ya jirani ya Ujerumani na Uholanzi na nchi nyingine zaidi.

Neema: Umejibu vizuri, Amani.

Amani: Asante mwalimu.

_____

_____

_____

Neema: _____

Wanafunzi: _____

Neema: _____

_____

Agnes: _____

Neema: _____

Juma: _____

_____

_____

Neema: _____

Amani: _____

Neema: _____

Amani: _____

_____

Neema: _____

Amani: _____

15.2. Zoezi la pili/ Zweite Übung: Neema anafundisha

Kamilisha sentensi zifuatazo kwa kukumbuka simuluzi uliyoisoma hapa juu. Halafu tafsiri. Vervollständige die folgenden Sätze mit Erinnerung an die Geschichte die Du oben gelesen hast. Danach übersetze.

1. Neema ni mwalimu wa _____. Leo anafundisha_____.

_____

2. Watoto wanamwamkia mwalimu kwa kusema _____.

_____

3. Masomo yanaanza na _____ ya masomo ya jana.

_____

4. Agnes anajua kwamba kuna _____ duniani.

_____

5. Mwanafunzi anayejibu swali la pili anaitwa _____.

_____

6. Juma anataja mabara yote kwa kuanza na bara la _____.

_____

7. Kwa jumla Neema anamwuliza Amani _____ matatu.

_____

8. Amani anataja _____ tatu za Ulaya: Ujerumani, Ufaranza na Uholanzi.

_____

9. Wanafunzi hawafanyi makosa, wote wanajibu maswali _____.

_____

10. Kwa jumla _____ watatu wanajibu maswali ya Neema.

_____

16. Familia ya Klaus inaagana na familia ya Baraka

16.1. Zoezi la kwanza/ Erste Übung: Familia ya Klaus inaagana na familia ya Baraka

Soma simulizi, kisha tafsiri. – Ließ die Erzählung, dann übersetze.

Likizo za Silke na Klaus zimeisha. Inawabidi warudi nyumbani. Mara hii wanapanda treni kuelekea Dar es Salaam. Wameamua kupanda treni kwa sababu stesheni iko karibu na uwanja wa ndege, ingawa wanajua mara kwa mara treni inachelewa kufika. Stesheni wanaagana na Baraka na Neema.

Silke: Jamaani Baraka na Neema. Tumefurahi sana kuwatembelea tena. Tumeenjoi sana.

Neema: Karibuni sana. Na sisi tumefurahi kwamba mlitukumbuka na mmekuja tena kututembelea. Safari yenu kweli ni safari ndefu sana.

Klaus: Tutawakumbuka sana. Tena kama tumewakosea tusameheni.

Baraka: Wala hamjatukosea. Tena tunatumai mtakuja tena mwakani.

Klaus: Mungu akipenda tutakuja. Sasa inatubidi tupande tereni. Tusije itatuacha. Mabegi yote imefungwa. Natumai hatutachelewa kufika.

Baraka: Mtawahi! Haja, Silke, Klaus, tunawatakia safari njema...

Neema: ...mfike salama na msisahau kutuandikia meseji baada ya kufika nyumbani, Ujerumani.

Silke: Jamani tutawakumbuka na tutawamiss sana. Kwa kherini.

_____

_____

_____

_____

_____

Silke: _____

_____

Neema: _____

_____

Klaus: _____

Baraka: _____

Klaus: _____

_____

Baraka: _____

Neema:_____

_____

Silke: _____

16.2. Zoezi la pili/ Zweite Übung: Familia ya Klaus inaagana na familia ya Baraka

Soma mazungumzo ya hapo juu tena na jibu maswali kwa kuchagua majibu yaliyo sahihi. – Lies die Unterhaltung oben erneut und beantworte die Fragen indem Du die korrekten Antworten auswählst.

Kwa nini Silke na Klaus wanaondoka?	a) Wanataka kwenda kuona wanyama mbuga za wanyama. b) Likizo zimeisha. c) Inawabidi kurudi Ujerumani.
Wanaagana wapi?	a) Hatujui wanaagana wapi. b) Wanaagana nyumbani kwa Baraka. c) Wanaagana stesheni.
Kwa nini wameamua kupanda treni mara hii?	a) Kwa sababu stesheni iko karibu na uwanja wa ndege. b) Kwa sababu wanaweza kufika Ujerumani bila kushuka. c) Kwa sababu ni bei nafuu.
Neema na Baraka wanatumai kwamba wageni watakuja tena?	a) Wanataka warudi wiki inayokuja. b) Wanataka warudi mwakani. c) Hawataki warudi, wamewachoka.
Silke na Klaus wamewakosea Baraka na Neema?	a) Hapana, hawajakosea. b) Baraka anasema hawajawakosea. c) Wamewakosea na hawatarudi tena.
Maneno wa mwisho wa Silke ni yapi?	a) Kesho tukijaliwa. b) Kwa kherini. c) Tutaonana tena mungu akipenda.

TEIL 2 – LÖSUNGEN

1. Marudio ya kozi ya 3 – Wiederholungen zu Kurs 3

1.1. Zoezi la kwanza/ Erste Übung: Nominalklasse [n/n]-Klasse

1.	nzima	Nimelala siku ___.
2.	nyeupe	Utavaa nguo ___ leo?
3.	safi	Anakaa kwenye nyumba ___.
4.	ndefu	Hii ilikuwa siku ___ sana.
5.	kubwa	Nilikuwa na shida ___.
6.	mzuri	Yeye ni dakatari ___

1. Ich habe den ganzen Tag geschlafen.
2. Trägst Du heute weiße Kleidung?
3. Er wohnt in einem sauberen Haus.
4. Das war ein sehr langer Tag.
5. Ich hatte ein großes Problem.
6. Sie ist eine gute Ärztin/ Er ist ein guter Arzt.

1.2. Zoezi la pili/ Zweite Übung: ka-Narrativ

1. Mama ging zum Markt, dann kaufte sie Gemüse, dann kehrte sie nach Hause und dann kochte sie Essen.
2. Die/Der Lehrer/in ging zur Schule, dann unterrichtete sie/er, dann beendete sie/ er die Arbeit und dann kehrte sie/er nach Hause zurück.
3. Die Diebin/ Der Dieb ging in das Haus, dann stahl sie/ er das Telefon und dann floh sie/ er schnell.
4. Die Passagiere erreichten die Busstation, dann kauften sie Fahrscheine, dann stiegen sie in den Bus ein und reisten ab.
5. Sie/ er trat in die Küche ein, dann kochte sie/ er, dann aß er/ sie und dann war sie/ er satt.
6. Der Gast traf an der Tür ein, dann klopfte er an/ erkundigte sich ob er eintreten darf, dann wurde er hereingebeten und dann trat er ein.

7. Das Kind kam zuhause an, dann begrüßte es die Eltern und dann aß es Essen.

8. Lasse es nicht dazu kommen/ Komm nicht (dazu), dass Du Kiswahili vergisst.

1.3. Zoezi la tatu/ Dritte Übung: hu-Habitualis

a)

Mwalimu huenda shule kila asubuhi mapema.	Die Lehrerin geht für gewöhnlich sehr früh zur Schule.
Mwalimu huchelewa kurudi nyumbani.	Die Lehrerin verspätet sich für gewöhnlich nach Hause zurückzukehren.
Mwalimu hufundisha wanafunzi wengi darasani.	Die Lehrerin unterrichtet für gewöhnlich viele Schüler*innen in der Klasse.

b)

Wanafunzi huenda shule ya sekondari baada ya kumaliza shule ya msingi.	Schüler*innen gehen für gewöhnlich nach Beendigung der Grundschule in die Sekundarschule.
Wanafunzi wa chuo kikuo husoma kwa bidii kwa kufaulu.	Student*innen studieren für gewöhnlich sehr fleißig um erfolgreich zu sein.
Wanafunzi hufika shuleni baada ya walimu.	Die Schüler*innen kommen für gewöhnlich nach den Lehrer*innen an der Schule an.

c)

Mimi huchoka sana mwisho wa wiki.	Ich bin für gewöhnlich sehr erschöpft am Ende der Woche.
Mimi hupumzika siku mbili mwisho wa wiki.	Ich ruhe mich für gewöhnlich für zwei Tage am Ende der Woche aus.
Mimi hufanya kazi siku tano kwa wiki.	Ich arbeite für gewöhnlich fünf Tage in der Woche.

1.4. Zoezi la nne/ Vierte Übung: -ki- der Gleichzeitigkeit

1. Ich hörte sie/ihn als sie/er sang.
2. Wir verließen sie/ ließen sie zurück, als sie spielten.
3. Sie sahen uns als wir in den Laden/ das Geschäft hineingingen.
4. Wir sahen die Passagierin/ den Passagier als sie/er aus dem Zug ausstieg.

1.5. Zoezi la tano/ Fünfte Übung: -ki- der Bedingung

1. Wenn ich sie/ihn wiedersehe, werde ich es Dir mitteilen.
2. Wenn die Lehrerin/ der Lehrer die Klasse betritt, begrüßen die Schüler/innen sie/ihn sagend „shikamoo" und stehen auf.
3. Wenn Du fleißig lernst, wirst Du Kiswahili schnell lernen.
4. Wenn Du nur fünf Wörter jeden Tag lernst, wirst Du am Ende des Monats 140 Wörter können/ wissen.
5. Wenn Du viel Obst ist und wenig Fleisch und wenn Du aufhörst Zucker zu essen/zu Dir zu nehmen, wirst Du gesund sein/ mit guter Gesundheit sein.
6. Wenn die Gäste kommen um uns zu sehen, werden wir sie auch zu Euch nach hause bringen.
7. Wenn Du das Radio anmachst, mach bitte den Ton leiser/ reduziere bitte den Ton.

1.6. Zoezi la sita/ Sechste Übung: Verneinung -ki- durch -sipo-

1. Nisiposoma kwa bidii sitajua Kiswahili haraka. – Wenn ich nicht fleißig lerne, werde ich nicht schnell Kiswahili können/ wissen.
2. Usipopanda meli mapema, utakosa nafasi ya kukaa. – Wenn Du die Fähre nicht früh besteigst/ nicht früh an Board gehst, wirst Du keinen Sitzplatz bekommen.

3. Asipoenda mtoni kabla saa sita hatavuna samaki wengi leo. – Wenn er nicht vor zwölf Uhr zum Fluss geht, wir er heute nicht viele Fische fangen.

4. Asipokuona hatapiga kelele. – Wenn sie/ er Dich nicht sieht, wird sie/ er keinen Lärm machen/ schreien.

5. Usipoenda kutalii Tanzania, Kenya na Uganda hutaona uzuri wa Afrika mashariki. – Wenn Du nicht nach Tansania, Kenia und Uganda zum Urlaub machen reist, wirst Du die Schönheit Ostafrikas nicht sehen.

6. Asipoleta magazeti leo hatutaweza kusoma habari za leo. – Wenn sie/ er die Zeitschriften heute nicht bringt, werden wir die heutigen Neuigkeiten/ Nachrichten nicht lesen können.

7. Usipomaliza mazoezi yote sitafurahi. – Wenn du nicht alle Aufgaben löst, werde ich mich nicht freuen.

8. Usiponiandikia barua sitakuandikia barua pia na kutokutumia zawadi pia. – Wenn Du mir keinen Brief schreibst, werde ich Dir auch keinen Brief schreiben und auch kein Geschenk schicken.

1.7. Zoezi la saba/ Siebte Übung: Satzbildung mit Objektsilbe

1. Nilimwona mwalimu akiingia darasani. – Ich sah die Lehrerin/ den Lehrer als sie die Klasse betrat.

2. Hivi vikombe nilivinunua jana. – Diese Tassen kaufte ich gestern.

3. Ninakupenda mpenzi wangu! – Ich liebe Dich mein Schatz.

4. Maembe bei rahisi, je utayanunua? – Die Mangos sind sehr günstig, wirst Du sie kaufen?

5. Sioni mswaki wangu. Nafikiri nimeupotea. – Ich sehe meine Zahnbürste nicht. Ich glaube ich habe sie verloren.

6. Tiketi umeiweka wapi? – Wo hast Du die Fahrkarte hingelegt/ hingetan?

7. Amekuandikia meseji. Je, umezisoma? – Sie/ er hat Dir eine Nachricht geschrieben. Hast Du sie gelesen?

1.8. Zoezi la nane/ Achte Übung: Muda na Tarehe

1.

Sasa ni saa tisa na nusu.

2.

Sasa ni saa mbili kasoro dakika kumi.

3.

Sasa ni saa kumi na mbili kamili.

4.

Sasa ni saa tatu na robo.

5.

Sasa ni saa sita na dakika mbili.

6.

Sasa ni saa kumi na moja kasoro dakika ishirini na moja.

7.

Sasa ni saa mbili kamili.

8.

Sasa ni saa nee kasoro dakika tano.

9.

Sasa ni saa sita na dakika kumi na sita.

1.9. Zoezi la tisa/ Neunte Übung: Demonstrativpronomen

a)

Kiti hiki hakina mtu.	Dieser Stuhl ist leer.
Kiti kile kina mtu.	Jener Stuhl ist besetzt.
Viti hivi ni vipya.	Diese Stühle sind neu.
Viti vile vimezeeka.	Jene Stühle sind alt (geworden).
Mtu huyu ni mwalimu.	Dieser Mensch ist ein Lehrer.
Mtu yule ni mjerumani.	Jener Mensch ist eine Deutsche.
Watu hawa wanatoka wapi?	Woher kommen diese Personen?
Watu wale ni wakubwa.	Jene Menschen sind groß.

b)

Kijiko hakiko?	Ist der Löffel nicht dort?
Kijiko hakipo hapa?	Ist der Löffel nicht hier?
Kijiko hakimo?	Ist der Löffel nicht hier drin?
Dukani viazi haviko?	Gibt es dort im Laden keine Kartoffeln?
Viazi havipo?	Gibt es hier keine Kartoffeln?
Viazi havimo kwenye stoo?	Sind die Kartoffeln nicht im Lagerraum?

1.10. Zoezi la kumi/ Zehnte Übung: (Verneinter) Subjunktiv

1. Soll ich es Dir sagen, oder soll ich es Dir nicht sagen?
2. Wir müssen ihr/ ihm für ihre/seine Hilfe danken. Sie/ er hat uns sehr geholfen.
3. Es ist besser wenn wir früh zurückkehren, nicht das es dazu kommt, dass sie das Tor geschlossen haben.
4. Die Gäste sind angekommen, komm nach hause um sie zu grüßen.
5. Wenn Du am Anfang ein wenig betrunken sein wirst, mach Dir keine Sorgen. Das ist normal.

6. Wir (mögen) die Gäste einladen nach vorne zu kommen und sich vorzustellen.

7. Ich muss zurück(kehren) zum Laden, ich habe vergessen Öl zu kaufen.

8. Fahrscheinkontrolleur, setzt mit an der Haltstelle ab. Lass es nicht (dazu) kommen, dass Du es vergisst.

2. Nominalklassen Teil 5 [ku]-Klasse

2.1. Zoezi la kwanza/ Erste Übung: Nominalklassen 5 [ku].

1. Kupika chai ya maziwa kunahitaji maziwa, majani ya chai na viungu. – Das Milchteekochen benötigt Milch, Teeblätter und Gewürze.

2. Kusoma vitabu kunaelemisha. – Bücherlesen bildet.

3. Kuimba pamoja na watu wengine kunapendeza. – Das gemeinsame Singen mit anderen gefällt/ ist schön.

4. Kuchota maji kunahitaji nguvu. – Wasser holen/ schöpfen benötigt Kraft.

5. Kufua nguo kwa mikono kunachukua muda mrefu. – Das Wäschewaschen per Hand benötigt viel Zeit.

6. Kuacha kuvuta sigara kunasaidia kuwa na afya njema. – Das Rauchen beenden/ Mit dem Rauchen aufhören hilft/ trägt zu einer guten Gesundheit bei.

2.2. Zoezi la pili/ Zweite Übung: Nominalklassen 1 [ku]

1. Aliniandikia ujumbe jana. Nilimshukuru kwa kunikumbuka. – Sie/ er schrieb mir gestern. Ich danke ihr/ihm dafür sich an mich zu erinnern.

2. Nimepokea mgeni kutoka Ujerumani. – Ich habe einen Gast aus Deutschland (aufgenommen).

3. Tuliwaona abiria wakishuka kutoka bajaji. – Wir sahen die Passagiere als sie aus dem Tuktuk ausstiegen.

4. Mama alienda sokoni kununua bidhaa. – Die Mutter/ Mama ging auf den Markt zum Kaufen der Güter.

5. Shuleni wanafunzi hujifunza kwa mfano kusoma na kuandika. – In der Schüle lernen Schüler:innen üblicherweise zum Beispiel Lesen und Schreiben.

6. Kujifunza lugha kunahitaji muda na bidii. – Das (Er-)Lernen einer Sprache erfordert Zeit und Fleiß.

7. Kuzungumza lugha mpya inasaidia kufahamiana na watu wapya. – Das Sprechen/ Das Unterhalten auf einer neuen Sprache hilft beim kennenlernen von neuen Menschen.

3. Mwaliko wa sherehe

3.1. Zoezi la kwanza/ Erste Übung: Mwaliko wa sherehe

Neema: Was sind die Neuigkeiten des Tages?

Bi Asha: Alles ist gut Schwester, geht es Dir gut?

Neema: Mir geht es gut, danke!

Bi Asha: Gibt es was Neues?

Neema: Ja. Ich möchte Dich und Deine Familie zu uns nach hause zum Abendessen einladen. Habt ihr Zeit am Samstag?

Bi Asha: Ich danke Dir für die Einladung. Ich habe mit Hussein gesprochen. Ja wir sind da und haben die Möglichkeit/ Platz Euch zu besuchen. Um wieviel Uhr sollen wir (an)kommen?

Neema: Sei herzlich Willkommen um sechs Uhr! Viele Grüße an Ali.

Bi Asha: Ok. Danke. Ok, wir werden um sechs Uhr (an)kommen. Die Grüße sind angekommen.

Neema: Mhm, sind Juma und Khadija immer noch bei (Ihrer) Oma im Dorf/auf dem Land?

Bi Asha: Juma ist noch bei seiner Oma im Dorf/ auf dem Land. Khadija ist schon zurück. Aber sie wird zuhause bleiben.

Neema: Alles klar. Ok, herzlich willkommen am Samstag.

Bi Asha: Danke.

3.2. Zoezi la pili/ Zweite Übung: Mwaliko wa sherehe

1. Je Neema anamwandikia nani? - Neema anamwandikia Bi Asha.
2. Je nani anaandika meseji ya kwanza, Neema au Asha? – Neema anaandika meseji ya kwanza (na kuuliza ‚Habari za siku').
3. Je Neema anamwalika Asha kwa ajili ya chai ya asubuhi? – Hapana, Neema hamwaliki Asha kwa ajili ya chai ya asubuhi. Anamwalika kwa ajili ya chakula cha jioni pamoja na familia yake.
4. Siku gani Neema anawaalika Asha na familia yake? – Neema anamwaalika Asha na familia yake siku ya jumamosi.
5. Wataenda kula chakula cha jioni hotelini? – Hapana, hawataendea kula chakula cha jioni hotelini. Wanakula chakula cha jioni nyumbani kwake Neema.
6. Bi Asha na Mzee Hussein watakuwa na nafasi kumtembelea Neema na familia yake? Ndiyo Bi Asha na Mzee Hussein watakuwa na nafasi kumtembelea Neema na familia yake.

7. Bi Asha na Mzee Hussein wamealikwa saa ngapi? – Bi Asha na Mzee Hussein wamealikwa saa kumi na mbili jioni.
8. Juma amerudi kutoka kijijini? – Hapana, Juma hajarudi kutoka kijijini. (Yeye) bado yuko kijijini.
9. Khadija yuko wapi? – Khadija yuko nyumbani. Amerudi kutoka kijijini.

4. Relativsätze

4.1. Zoezi la kwanza/ Erste Übung: Relativsätze

1. Watoto ambao wamepita sasa hivi wanaenda shuleni. – Die Kinder welche gerade vorbeigekommen sind gehen zur Schule.
2. Bidhaa ambazo zinauzwa sokoni ni ghali kuliko supermarket. – Die Güter welche auf dem Markt verkauft werden, sind teuer als im Supermarkt.
3. Amesoma vitabu vyote ambavyo vinasaidia kujifunza Kiswahili. – Sie/Er hat alle Bücher gelesen, die beim Erlernen des Kiswahili helfen.
4. Mtu ambaye anajua Kiswahili tayari atamaliza mazoezi haya haraka. – Ein Mensch/Eine Person welche Kiswahili schon kann/ weiß, wird diese Übungen schnell beenden.
5. Mtangazaji alitangaza habari leo ambazo nilizisikia jana. – Die/ Der Nachrichtensprecher/in präsentierte heute die Nachrichten, welche ich gestern gehört hatte.
6. Mlima ambao unaonekana pale mbele ni mlima wa Kilimanjaro. – Der Berg welcher dort vorne erscheint/sichtbar wird ist der (Berg) Kilimanjaro.
7. Ninatafuta duka la dawa ambalo litafunguliwa mapema. – Ich suche eine Apotheke die früh geöffnet wird/öffnet.
8. Machungwa ambayo umeyanunua ni matamu sana. – Die Orangen die Du gekauft hast, sind sehr lecker/ süß.

4.2. Zoezi la pili/ Zweite Übung: Relativsätze

1. Meine Mobiltelefonnummer lautet wie folgt: : +255 755 87 77 9
2. Die Gäste die jetzt hereingekommen sind kamen gestern aus dem Dorf.
3. Letzte Woche reiste ich nach Kigoma.
4. Alle Tassen die herunterfielen zerbrachen.
5. Der Finger der gebrochen war ist genesen/ wieder gesund.
6. Letztes Jahr fing ich an Kiswahili zu lernen.
7. Ajali iliyotokea barabara kuu jana iliadhiri watu wengi. Der Unfall der sich gestern auf der Hauptstraße ereignete hat viele Menschen betroffen/ in Mitleidenschaft gezogen.
8. China ist das Land das die Welt in Bezug auf seine Fläche anführt/ China ist das flächenmäßig größte Land der Erde.
9. Habari zilizotangazwa leo zilinichanganja. – Die Nachrichten die heute verbreitet/ berichtet wurden haben mich verwirrt.

4.2. Zoezi la tatu/ Dritte Übung: Relativsätze

1. Mtu anayefundisha watoto anafanya kazi ya uwalimu au kilimo? – Ein Mensch welcher Kinder unterrichtet arbeitet als Lehrer/in / betreibt die Arbeit des Unterrichtens oder der Landwirtschaft? - Mtu anayefundisha watoto anafanya kazi ya uwalimu. -
2. Siku inayofuata ijumaa ni siku gani? – Der Tag welcher auf Freitag folgt ist welcher Tag/ Welcher Tag folgt auf Freitag? – Siku inayofuata ijumaa ni (siku ya) jumamosi.
3. Mchele uliopikwa si mchele tena, badala yake unaitwaje? – (Ungekochter) Reis der gekocht wurde ist kein ungekochter Reis mehr, was ihm folgt/ wie heißt sein Nachfolger? – Mchele uliopikwa inaitwa wali.
4. Kawaida matunda yanayonuka yemeiva au yameoza? – Für gewöhnlich richten oder stinken Früchte welche reif sind? – Kawaida matunda yanyaonuka yameoza.

5. Mtoto anayesoma shuleni anaitwa daktari? – Ein Kind welches in zur Schule geht/ in der Schule lernt wird Arzt genannt? – Mtoto anayesoma shuleni anaitwa mwanafunzi.

6. Lugha ya Kiswahili ni lugha inayopanua au inayopungua duniani? – Die Sprache Kiswahili ist eine Sprache welche sich auf der Welt verbreitet/ausbreitet oder die schrumpft/ abnimmt. – Lugha ya Kiswahili ni lugha inyaopanua duniani.

7. Samaki ni mnyama anayeishi baharini na ziwani au milimani? Ein Fisch ist ein Tier welches im Meer und in Seen lebt oder auf den Bergen? – Samaki ni mnyama anayeishi baharini na ziwani.

8. Lugha ya Kiswahili na lugha ya Kiarabu zina maneno mengi yanayofanana, sahihi au si sahihi? Die Sprache Kiswahili und die Sprache Arabisch haben viele Wörter welche sich ähneln, korrekt oder nicht korrekt/falsch? Lugha ya Kiswahili na lugha ya Kiarabu zina maneno mengi yanayofanana ni sahihi.

9. Mwezi unaofuata mwezi wa tano ni mwezi gani? – Der Monat der dem Mai folgt ist welcher Monat? Mwezi unaofuata mwezi wa sita.

4.3. Zoezi la tatu/ Dritte Übung: Relativsätze

Nani ajuaye?	Wer weiß es?
Atakuja mwezi ujao?	Wird er/sie nächsten/ im folgenden Monat kommen?
Utarudi mwaka ujao?	Kommst Du im nächsten/ folgenden Jahr zurück?
Je, ulipiga simu kwa nambari ifuatayo.	Hast Du unter der folgenden Nummer an-/durchgerufen?
Kikulacho ni nguoni mwako.	Dasjenige, das Dich zwick/beißt, sitzt in Deiner Kleidung.
Hivyo ndivyo ilivyo.	So (wie es ist) ist es.

5. Verneinung von Relativsätzen

5.1. Zoezi la kwanza/ Erste Übung: Verneinung von Relativsätzen

a)

Watoto ambao wamepita sasa hivi wanaenda shuleni.

Watoto ambao wamepita sasa hivi hawaendi shuleni.

b)

Bidhaa ambazo zinauzwa sokoni ni ghali kuliko supermarket.

Bidhaa ambazo zinauzwa sokoni si ghali kuliko supermarket.

c)

Amesoma vitabu vyote ambavyo vinasaidia kujifunza Kiswahili.

Hajasoma vitabu vyote ambavyo vinasaidia kujifunza Kiswahili.

5.2. Zoezi la pili/ Zweite Übung: Verneinung von Relativsätzen

1. Mwalimu anayefundisha watoto ni hodari. Ein/e Lehrer/in welche/r Kinder Unterrichtet ist fleißig. – Mwalimu asiyefundisha watoto si hodari.
2. Watoto hawa wanaofanana ni ndugu. – Diese Kinder die sich ähnlich sehen sind Geschwister/Verwandte. – Watoto hawa wasiofanana si ndugu.
3. Maji yaliyochemka ni ya moto, si baridi. – Wasser welches gekocht hat ist heiß, nicht kalt. – Maji yasiyochemka si ya moto (bado), ni baridi.
4. Kawaida gari linalobaki barabarani linaibwa. – Für gewöhnlich wird ein Auto, das an der Straße bleibt/gelassen wird, wird gestohlen. – Kawaida gari lisilobaki barabarani haliibwi.
5. Mwanafunzi anayesoma shuleni kwa bidii atapata kazi nzuri. – Ein/e Schüler/in welche/r fleißig in der Schule lernt, wird eine gute

Arbeit bekommen. – Mwanafunzi asiyesoma shuleni kwa bidii hatapata kazi nzuri.

6. Lugha ya Kiswahili ni lugha inayotumika Tanzania tu. – Die Sprache Kiswahili ist eine Sprache welche nur in Tansania genutzt wird. – Lugha ya Kiswahili ni lugha isiyotumika Tanzania tu.

6. Verbderivate

6.1. Zoezi la kwanza/ Erste Übung: Verbderivate – Passiv

Grundform	Passiv	Übersetzung
-sema	-semwa	gesagt werden
-oa	-olewa	geehelicht werden
-fasiri	-fasiriwa	übersetzt werden
-jibu	-jibiwa	beantwortet werden
-samehe	-samehewa	verziehen werden

6.2. Zoezi la pili/ Zweite Übung: Verbderivate – Passiv

1. Ich habe Süßigkeiten von Papa gekauft bekommen. / Mir wurden von Papa Süßigkeiten gekauft.
2. Alipewa zawadi kwa vile amefanikiwa kumaliza masomo. – Sie/ Er hat ein Geschenk/Geschenke bekommen dafür dass sie/er sehr erfolgreich die Aufgaben abgeschlossen/ beendet hat.
3. Wamefiwa na bibi juzi. – Sie haben vorgestern ihre Großmutter verloren.
4. Vitu vyote vimeondolewa mezani. – Alle Dinge wurden vom Tisch abgeräumt.
5. Nimeambiwa kwamba wageni watafika kesho. – Mir wurde mitgeteilt, dass die Gäste morgen ankommen.
6. Alichelewa kufika uwanja wa ndege. – Sie/ Er verspätete sich am Flughafen.

6.3. Zoezi la tatu/ Dritte Übung: Verbderivate – Reziprok

Grundform	Reziprok	Übersetzung
-elewa	-elewana	einander verstehen
-kuta	-kutana	einander treffen
-unga	-ungana	sich verein(ig)en
-fuata	-fuatana	einander folgen
-salimia	-salimiana	einander grüßen

6.4. Zoezi la nne/ Vierte Übung: Verbderivate – Reziprok

1. Wir sehen uns wieder so Gott will.
2. Berge begegnen einander nicht, aber Menschen begegnen einander.
3. Sie mochten einander aus vollem Herzen.
4. Sie kämpften miteinander wegen eines kleines Dings/ über eine Kleinigkeit.
5. Ich und sie/er kooperierten ein Sprachinstitut für Kiswahili zu gründen/ starten.
6. Ninaungana mikono na wewe. – Ich vereine die Hände mit Dir./ Ich bin mit Dir einer Meinung.

6.5. Zoezi la tano/ Fünfte Übung: Verbderivate – Applikativ

Grundform	Applikativ	Übersetzung
-rudi	-rudia	wiederholen
-pika	-pikia	für jmd. etw. kochen
-tembea	-tembelea	jmd. besuchen
-fikiri	-fikiria	an etwas denken
-tazama	-tazamia	etwas besichtigen

6.6. Zoezi la sita/ Sechste Übung: Verbderivate – Applikativ

1. Sie/ er schrieb mir gestern eine E-Mail.
2. Sie/ er fragte uns nach dem Weg zum Berg.
3. Alianzia kazi yake jana au juzi? – Hat sie/er ihre/seine Arbeit gestern oder vorgestern.
4. Sie feierten den Tag der Unabhängigkeit mit einer großen Feier.
5. Aliendelea na mazoezi yake. – Sie/er setzte ihre/seine Übungen fort.
6. Je Juma huvua au havui viatu kabla hajaingia msikitini? – Zieht Juma für gewöhnlich seine Schuhe aus oder nicht wenn er in die Moschee geht?

6.7. Zoezi la saba/ Siebte Übung: Verbderivate – Stativ

Grundform	Stativ	Übersetzung
-sema	-semekana	sagbar, aussprechbar
-tumia	-tumika	nutzbar
-shinda	-shindikana	umöglich (sein)
-maliza	-malizika	beendet sein
-sikia	-sikika	hörbar (sein)

6.8. Zoezi la nane/ Achte Übung: Verbderivate – Stativ

1. Dieser Weg ist auch nach dem Regen passierbar.
2. Sie/ er trat ein, stieß mit dem Tisch zusammen und alle Tassen fielen vom Tisch und sind zerbrochen.
3. Mir sind ihre/seine Worte genug. Ich bin ihrer/seiner Wörter überdrüssig.
4. Eine neue Sprache zu kennen/erlernen benötigt einen Willen/Leidenschaft und Zeit um fleißig zu lernen.
5. Ist (noch etwas) Essen um diese Uhrzeit noch erhältlich?
6. Die Feier findet am Freitag, den 6ten Mai satt.

6.9. Zoezi la tisa/ Neunte Übung: Verbderivate – Kausativ

Grundform	Kausativ	Übersetzung
-anza	-anzisha	etw. beginnen, gründen
-karibia	-karibisha	willkommen heißen
-penda	-pendeza	gefallen
-timu	-timiza	erfüllen
-kataa	-kataza	verbieten/verboten sein

6.10. Zoezi la kumi/ Zehnte Übung: Verbderivate – Kausativ

1. Die Sprache Kiswahili zu können ermöglicht es Dir mit vielen Menschen zu sprechen.

2. Dieses Mal hat die Polizei unseren Bus dreimal zum halten gebracht/ gestoppt.

3. Hast Du die Betttücher gewechselt? Die Bedeutung/ Der Kontext ist, dass die Gäste heute ankommen.

4. Sie/ er steuerte das Auto wie ein/e Verrückte/r.

5. Hat er/ sie vergessen das Licht anzuschalten oder gibt es einen Stromausfall, (soll heißen) ich sehe nur Dunkelheit!.

6. Ich hörte Radio von Mittags bis abends.

7. Maandalizi ya sherehe

7.1. Zoezi la kwanza/ Erste Übung: Maandalizi ya sherehe

Heute ist Feiertag. Baraka und Neema und Upendo werden mit Gästen sein/ „erwarten Gäste". Die gesamte Familie bereitet die Feierlichkeiten vor.

Neema: Upendo komm in die Küche. Bitte fege drinnen, dann lass uns das Essen kochen.

Upendo: In Ordnung Mama. Wo ist der Besen?

Nema: Hast Du ihn verloren? War es nicht so, dass Du ihn hinter die Tür gelegt hast heute morgen?!

Upendo: Stimmt Mama. Ich habe ihn gefunden.

Nachdem Upendo fertig gefegt hat.

Neema: Upendo, nimm das Messer und schneide die Zwiebeln und den Knoblauch. Benutze das Messer das auch dem Tisch liegt/ist.

Upendo: In Ordnung Mama. Fertig, die Zwiebeln sind geschnitten, ich habe auch den Knoblauch geschnitten.

Neema: Sehr gut Upendo. Und dich habe den Reis gewaschen. Geh und hole den Topf den wir gestern für das (ab)kochen des Wassers benutzt haben, lass uns kochen.

Upendo: Okey/ In Ordnung Mama.

Baraka: Neema, ich werden jetzt (los)gehen um die Gäste am der Busstation zu empfangen. Sie haben mich angerufen; [es ist so/ und mir mitgeteilt] dass sie nahezu angekommen sind. Außerdem werde ich noch Softdrinks auf dem Weg kaufen.

Neema: Okey. Und wir beenden fast/ nahezu das Kochen/ sind fast mit dem Essen fertig. Upendo wird noch den Tisch vorbereiten danach sind wir fertig. Upendo gehe und bereite den Tisch vor/ decke den Tisch (ein).

Upendo: Ich habe den Tisch schon vorbereitet/ (ein)gedeckt. Wir sind bereit die Gäste zu empfangen.

7.2. Zoezi la pili/ Zweite Übung: Maandalizi ya sherehe

Baraka, Neema na Upendo wanasherekea nini?	b) Wanasherekea sikukuu.
Nani anaandaa sherehe?	a) Wote wanaandaa sherehe. b) Neema na Upendo wanaandaa chakula na Baraka anawapokea wageni kituoni.
Kweli ni Neema anayefagia?	b) Moto wake Neema anafagia.
Watakunywa nini?	a) Wote watakunywa soda.

Baraka atawapokea wageni wapi?	b) Anawapokea kituo cha basi.
Wako tayari kupokea wageni?	b) Wako tayari.

8. Sherehe ya Mzee Hussein

8.1. Zoezi la kwanza/ Erste Übung: Sherehe ya Mzee Hussein

Neema und Baraka, gemeinsam mit Silke und Klaus sind bei Mzee Hussein eingeladen um seine Familie zu besuchen und gemeinsam zu Abend zu essen.

Neema: Klopf Klopf!

Bi Asha: Willkommen. Willkommen (liebe) Gäste.

Neema: Danke. Was gibt es neues vom Tag?

Mzee Hussein: Gut. Kommt herein. Willkommen drinnen.

Klaus: Asante. Hilfe/ Mein Güte, geht es Euch gut?

Mzee Hussein: Uns geht's gut. Willkommen. Wir freuen uns sehr dass ihr gekommen sein um uns zu Besuchen.

Klaus: Und wir freuen uns, dass wir eingeladen wurden. Danke Euch für die Einladung.

Bi Asha: Gäste zu bekommen/empfangen ist eine Segen. Insbesondere heute, weil heute ein islamischer Feiertag ist. Heute ist Idi.

Baraka: Und wie an allen Tagen/ wie üblich freuen wir uns mich euch gemeinsam zu feiern.

Klaus: Baraka und Mzee Hussein, wann habt ihr das letzte mal zusammen gefeiert?

Mzee Hussein: Wenn ich mich gut erinnere, haben wir das letzte mal Weihnachten zusammen gefeiert, ist es nicht so Baraka.

Baraka: Ja, ja, genau so ist es.

Klaus: Oh! Ihr feiert christliche und islamische Feiertage gemeinsam?!

Baraka: Ja, für gewöhnlich besuchen wir einander und feiern zusammen. Oder wir bringen unseren Freunden Essen (vorbei).

Bi Asha: Außerdem ist das Essen fertig. Willkommen zu Tisch, lasst uns essen.

8.2. Zoezi la pili/ Zweite Übung: Sherehe ya Mzee Hussein

Nani amealikwa kwa Mzee Huseein na familia yake?	c) Baraka, Neema, Silke na Klaus
Je, kuna sababu maalum kwa nini akina Baraka wemealikwa?	b) Kuna sababu maalum. c) Sababu maalum ni sikukuu ya kiislamu yaani Idi.
Je, kwa sababu gani Bi Asha anafurahi kupokea wageni?	b) Anafurahi kwa sababu kupokea wageni ni baraka.
Lini familia ya Mzee Hussein na familia ya Baraka walisherekea pamoja mara ya mwisho?	[keine Antwort ist korrekt]
Je, wanasherekea sikukuu ya kikristo na ya kiislamu pamoja?	b) Ndiyo au wanaleteana chakula mara kwa mara.

9. Bedingungssätze mit -nge-

9.1. Zoezi la kwanza/ Erste Übung: Bedingungssätze mit -nge-

a)

Ningemkuta sasa ningempiga ngumi.	Wenn ich ihn jetzt treffen würde, würde ich ihm ins Gesicht boxen.
Tungeenda mbuga za wanyama ungeona wanyamapori wengi.	Wenn wir in die Nationalparks reisen würden, würden wir viele Wildtiere sehen.
Kama wangempigia simu, angetuambia.	Wenn sie ihn anrufen würden, würde er es uns sagen.
Ungenipenda ungeninunulia zawadi.	Wenn Du mich lieben würdest, würdest Du mir ein Geschenk kaufen.
Mvua ingenyesha, tungeroa.	Wenn es regnen würde, würden wir nass werden.

b)

Ungemwona ungemtambua haraka.	Würdest Du ihn sehen, würdest Du ihn schnell erkennen.
Jogoo angewika tungemsikia kutoka mbali.	Wenn der Hahn krähen würde, würden wir ihn von weitem hören.
Ungetaka kushinda ungeweza kushinda.	Wenn Du siegen wolltest, könntest Du (es).
Matunda yangeiva yangenukia vizuri.	Wenn die Früchte reif wären, würden sie gut riechen.

9.2. Zoezi la pili/ Zweite Übung: Bedingungssätze mit -nge-

1. Würde sie/er Lärm machen würden wir nach draußen gehen um zu sehen warum sie/er Lärm macht.

2. Würdest Du jeden Tag Übungen machen, würdest Du schnell Kiswahili lernen/ wissen.

3. Wenn das Wasser ausreichen würde, würden sie in ihrem Dorf bleiben.

4. Wären die Mango reif, würden wir sie auf dem Markt antreffen.

5. Ungepumzika sasa hivi nguvu ingerudi mara moja. – Würdest Du jetzt ausruhen, würde die Kraft plötzlich/auf einmal zurückkehren.

6. Wären die Früchte verfault, würdest Du einen schlechten Geruch wahrnehmen.

7. Würde die Polizei unser Auto auf dem Weg anhalten, würden wir uns verspäten anzukommen.

8. Würde ich um diese Zeit/ zu diesen Stunden Milch trinken, würde ich früh schlafen.

9. Würde die Medizin ausgehen, würden die Kranken große Probleme bekommen.

10. Würdest Du Dich ein wenig verspäten damit zu beginnen sie/ihn zu suchen, würde sie/er sich gut verstecken können.

9.3. Zoezi la tatu/ Dritte Übung: Bedingungssätze mit -nge-

1. Ungesema Kiswahili, wangekuelewa.
2. Ungeimba wimbo, wangecheza.
3. Vikombe viwili vingetosha, si (ndiyo), mngetuambieni/mngetuambia.
4. Würde er die Straße langsam überqueren, würde er mit Gewissheit mit einem Daladala zusammenstoßen.
Angepita barabara/ mtaa taratibu, uhakika angegonga na Daladala.
5. Mtoto angepewa zawadi, angecheka (kwa furaha).
6. Wageni wangefika, tungeweza kula pamoja.
7. Ungebaki hapa, ningebaki pia.
8. Ungetoka chumbani, tunefugua madirisha.

10. Bedingungssätze mit -ngali-

10.1. Zoezi la kwanza/ Erste Übung: Bedingungssätze mit -ngali-

a)

Ningalimkuta jana ningalimpiga ngumi.	Hätte ich ihn gestern getroffen, hätte ich ihm ins Gesicht geboxt.
Tungalienda mbuga za wanyama ungaliona wanyamapori wengi.	Wenn wir in die Nationalparks gereist wären, hätten wir viele Wildtiere gesehen.
Wangalimpigia simu, angalituambia.	Wenn sie ihn angerufen hätten, hätte er es uns gesagt.
Ungalinipenda ungalininunulia zawadi.	Wenn Du mich geliebt hättest, hättest Du mir ein Geschenk gekauft.
Mvua ingalinyesha, tungaliroa.	Wenn es geregnet hätte, wären wir nass geworden.

b)

Ungalimwona ungalimtambua haraka.	Hättest Du ihn gesehen, hättest Du ihn schnell erkannt.
Jogoo angaliwika tungalimsikia kwa mbali.	Wenn der Hahn gekräht hätte, hätten wir ihn von weitem gehört.
Ungalitaka kushinda ungaliweza kushinda.	Wenn Du hättest siegen wollen, hättest Du siegen können.
Matunda yangaliiva yangalinukia vizuri.	Wenn die Früchte reif gewesen wären, hätten sie gut gerochen.

10.2. Zoezi la pili/ Zweite Übung: Bedingungssätze mit -ngali-

1. Das Buch ist im Zimmer. Wärst du ins Zimmer gegangen, hättest Du es gesehen.

2. • Habt ihr mich nicht gesehen? □ Ja so ist es, wir haben Dich nicht gesehen. Hättest Du die Kamera eingeschaltet, hätten wir Dich gesehen. • Hätte ich es gewusst, hätte ich die Kamera angeschaltet.

3. Wärst Du letztes Jahr ins Fitnessstudio gegangen hättest Du jetzt viel Muskeln zugelegt.

4. Angalilipa kodi kila mara angalikuwa hana deni sasa. Hätte sie/er die Miete jedes al bezahlt, hätte sie/ er jetzt keine Schulden.

5. Wäre sie/ er mein/e Lehrer/in gewesen, hätte ich fleißiger gelernt/studiert.

6. • Hätten Dich die Kinder mit „shikamoo" begrüßt, was hättest Du geantwortet? □ Ich hätte „marahaba" geantwortet.

7. Wären wir am Morgen in Mbeya angekommen, wären wir pünktlich für den Zug nach Morogoro gewesen.

8.Wären die Insekten in der Nacht in die Küche gekommen, hätte ich sie alle getötet.

10.3. Zoezi la tatu/ Dritte Übung: Bedingungssätze mit -ngali-

1. Ningalikuwa wewe, ningalisafiri kwenda Tanzania.
2. Angalileta tiketi yake angaliruhusiwa kuingia.
3. Ungalitaka kumheshimu mzee, ungalimwamkia.
4. Ungalienda kulala mapema, ungaliamka mapema.
5. Kama wangalipanda meli iliyozama, wangalizama na wao.
6. Tungalifika mlimani asubuhi tungaliona simba akiwinda.
7. Daktari angaliweza kumwona mgonjwa angaliweza kumtibu.
8. • Je, ungalinikuta jana, ungaliniambia nini?
   □ Tungalikutana jana ningalikuambia kwamba lazima tuonane leo.

11. Verneinung von -nge- und -ngali-

11.1. Zoezi la kwanza/ Erste Übung: Verneinung von -nge- und -ngali-

a)

Ningalimkuta jana ningalimpiga ngumi.	Nisingemkuta jana, nisingempiga ngumi.
Tungalienda mbuga za wanyama ungaliona wanyamapori wengi.	Tusingeenda mbuga za wanyama usingeona wanyamapori wengi.
Wangalimpigia simu, angalituambia.	Wasingempigia simu, asingetuambia.
Ungalinipenda ungalininunulia zawadi.	Usingenipenda usingeninunulia zawadi.
Mvua ingalinyesha, tungaliroa.	Mvua isingenyesha tusingeroa.

b)

Ungalimwona ungalimtambua haraka.	Usingemwona usingemtambua haraka.
Jogoo angaliwika tungalimsikia kwa mbali.	Jogoo asingewika tusingemsikia kwa mbali.
Ungalitaka kushinda ungaliweza kushinda.	Usingetaka kushinda usingeweza kushinda.
Matunda yangaliiva yangalinukia vizuri.	Matunda yasingeiva yasingenukia vizuri.
Angalilipa tungalimshukuru.	Asingelipa tusingemshukuru.

11.2. Zoezi la pili/ Zweite Übung: Verneinung von -nge- und -ngali-

1. Nisingemkuta sasa nisingemsalimia. – Wäre ich ihr/ihm jetzt nicht begegnet, hätte ich sie/ihn nicht begrüßt.
2. Tusingepanda basi ya kampuni yao usingelipa bei nafuu. – Hätten wir nicht den Bus ihres Unternehmens genommen, hättest Du keinen reduzierten Preis bezahlt.
3. Usingenipenda usingeninunulia viatu hivi. – Würdest Du mich nicht lieben, würdest Du mir diese Schuhe nicht kaufen.
4. Maji yasingechemka, tusingekunywa. – Würde das Wasser nicht abgekocht sein, würden wir es nicht trinken.
5. Würdest Du sie/ ihn nach der Operation besuchen, würde sie/ er sich sehr freuen.
6. Ungekata tiketi ungeweza kusafiri leo. Würdest Du eine ticket (ab)reisen/ erwerben, würdest Du heute verreisen können.
7. Würdest Du sie/ ihn hierher bringen, würde sie/ er schnell viele Freunde finden.

11.3. Zoezi la tatu/ Dritte Übung: Verneinung von -nge- und -ngali-

Usingeenda chumbani, usingekiona kitabu. – Würdest Du nicht ins Zimmer gehen, würdest Du das Buch nicht sehen.

2. Usingeliwasha kamera tusingekuwona. – Würdest Du die Kamera nicht anmachen, würden wir Dich nicht sehen.
3. Yeye asingekuwa mwalimu wangu, nisingesoma kwa bidii zaidi.
4. Wasingefika mapema, wasingemwona baba.
5. Kama wasingetusimamisha, tusingechelewa kufika.
6. Kama asingetuamsha mapema, tusingewahi shuleni.
7. Nisingejifunza misamiti mitano kila siku, nisingejua maneno mengi sasa.

12. Safari

12.1. Zoezi la kwanza/ Erste Übung: Safari

Klaus und Silke sind Touristen. Sie bereisen Tansania und besuchen einen Nationalpark/Nationalparks.

Touristenführer: Damen und Herren wir heißen Sie herzlichen Willkommen. Bei uns in/In unserem Tansania gibt es keine Probleme/ ist alles entspannt. Jetzt betreten wir den Ngorongoro Nationalpark. Dieser Nationalpark ist nicht besonders groß. Aber er ist besonders schön/ beeindruckend/ attraktiv. Es gibt viele Tiere und die Umgebung ist sehr interessant/ attraktiv/ ansprechend. Viele der Tiere die hier leben, werden wir heute sehen. Einige von ihnen sind groß andere klein. Jeder einzelne von Ihnen möge sich frei fühlen Bilder zu machen, aber es ist nicht erlaubt die Tiere zu füttern/ den Tieren Futter zu geben.

Klaus: Welche Tiere werden wir heute sehen?

Muongoza watalii: Es ist möglich/wahrscheinlich, dass wir heute Tiere wie Löwen, Elefanten und Nashörner sehen werden. Außerdem werden wir Zebras und Gnus sehen. Ohne Zweifel werden wir an manchen Orten unterschiedliche Arten von Vögeln sehen. Okey, wir gehen jetzt hinein und streifen kreuz und quer durch das Tal des Ngorongoro.

(Die Unterhaltung nach der Tour/dem Herumstreifen durch den Ngorongoro Nationalpark)

Silke: Meine Güte der Ngorongoro Nationalparkt ist sehr schön/ ansprechend! Ich habe noch nie so viele und große Tiere an einem Ort auf der Welt gesehen. Ich hatte nicht erwartet sogar einen Leoparden zu sehen. Mit hat es dort sehr gefallen.

Klaus: Ich habe es dort auch sehr gemocht/ Mir hat es dort auch sehr gefallen! Ich habe mich gefreut Elefanten, Löwen und Giraffen zu sehen, abseits von den Nashörnern und den Zebras.

Silke: Wenn wir nicht dort gewesen/ angekommen wären, hätten wir eine große Freude verpasst. Ich danke unseren Freunden, sie haben uns gut beraten. Erinnerst Du Dich Klaus, sie sagen wir müssten unbedingt in den/ zum Ngorongoro.

Klaus: Ja! Warte mal, ich werde ihnen jetzt sofort eine Nachricht schicken und Ihnen danken…

12.2. Zoezi la pili/ Zweite Übung: Safari

1. Klaus na Silke wanatalii nchi ya Tanzania. – Klaus und Silke besuchen/machen Urlaub in Tanzania.
2. Wanatembelea mbuga ya Ngorongoro. – Sie besuchen den Ngorongoro Nationalpark.
3. Anayewakaribisha kwa kusema: Tanzania yetu hakuna matata alikuwa muongoza watalii. – Die Person die sie mit den Worten begrüßt: Bei uns in Tansania gibt es keine Probleme/ ist alles entspannt war der Touristenführer.

4. Mbuga ya Ngorongoro si kubwa ila inavutia sana. – Der Ngorongoro Nationalpark ist nicht groß aber sehr anziehend/ schön.
5. Muongoza watalii aliahidi kwamba wataona wanyama wengi wanaoishi mbugani wakati wa kuzunguka bondeni. – Der Touristenführer versprach, dass sie viele Tiere sehen werden, die im Nationalparkt leben, während sie das Tal durchqueren.
6. Watalii waliruhusiwa kupia picha ila walikatazwa kuwapa wanyama chakula. – Den Touristen war es erlaubt Bilder zu machen aber es war ihnen verboten den Tieren Futter zu geben.
7. Silke alishukuru marafiki yao kwa kuwashauri kwenda kutembelea mbuga ya Ngorongoro. – Silke dankte ihren Freunden dafür, dass sie ihnen empfohlen hatten den Ngorongoro Nationalpark zu besuchen.

13. Nominalklassen Teil 6 – [u]-Klasse

13.1. Zoezi la kwanza/ Erste Übung: [u]-Klasse

a)

ukubwa	Größe
umoja	Einheit
Ukristo	Christentum
ubao	Brett
Ujerumani	Deutschland

b)

ubawa	Flügel
uso	Gesicht
ulimi	Zunge
ulimwengu	Welt
wimbo	Lied

c)

udongo	Erde
urefu	Länge
unga	Mehl
usingizi	Schlaf/ Müdigkeit
uzee	Alter

13.2. Zoezi la pili/ Zweite Übung: [u]-Klasse

1. ubao   Amepeleka ____ kwa seremala.

2. uso   ____ wake umevimba vibaya.

3. usingizi   Ninasikia ____ bora nilale.

4. Ujerumani   Amefika ____ jana.

5. unga   Lete ____ nipike ugali.

6. udaktari   Chuo kikuu amesoma ____?

7. ubawa   Ndege aliruka ingawa aliumia ____ mmoja.

1. Er/ Sie brachte das Brett zum Tischler.
2. Sein/ Ihr Gesicht war schlimm angeschwollen.
3. Ich fühle mich sehr müde, besser ich gehe schlafe.
4. Er/Sie kam gestern in Deutschland an.
5. Bring bitte das Mehl, ich möchte Ugali kochen.
6. Hat sie/ er an der Universität Medizin studiert?
7. Der Vogel flog, obwohl er sich einen Flügel verletzt hat.

14. Kuelekea shuleni

14.1. Zoezi la kwanza/ Erste Übung: Kuelekea shuleni

Neema ist Lehrerin. Heute möchte Silke Neema auf der Arbeit besuchen. Sie weiß nicht wo die Schule liegt. Sie bittet Neema ihr den Weg zu erklären.

Silke: Was gibt es für Neuigkeiten von heute Neema?

Neema: Gut. Wie läuft es bei Dir?

Silke: Mir geht es gut. Neema ich möchte mein Versprechen heute erfüllen. Ich möchte die heute auf der Arbeit besuchen.

Neema: Ala! Eine gute Idee. Weißt Du denn wo die Schule liegt?

Silke: Nein. Wie komme ich zur Schule?

Neema: Zuerst nimm das Daladala bis zur Station *Mwenge*. Dort nimm den Mwendokasi (Stadtbus) Richtung Zugstation. Steig an der Station *Kona*. Wenn Du aussteigst bieg nach links ab. Folge der Richtung in der das Daladala fährt etwa 300 Schritte. Du kommst dann auf eine Kreuzung. Biege rechts ab und folge der Straße bis zu einem Affenbrotbaum kommst. Dort auf der linken Seite wird zu sein Schild der Schule finden. Biege in die Gasse auf der rechten Seite ab, nach etwa 100 Schritten bist Du angekommen.

Silke: Danke, wirklich werde ich es schaffen? Mal nach recht mal nach links...

Neema: Du wirst es schon schaffen, habe keine Zweifel. Ist doch so, Du hast ein Mobiltelefon? Nutze einfach eine digitale Karte.

Silke: Ah! Ich und Mobiltelefone... Du kennst mich doch...

Neema: DAs stimmt. Dann ist es besser wenn wir es so machen. Wenn Du an der Busstation bist, wirst Du mich anrufen. Ein/e Schüler/in wird kommen um Dich abzuholen.

Silke: So ist es besser. Ich danke Dir und ich freue mich Dich zu besuchen.

14.2. Zoezi la pili/ Zweite Übung: Kuelekea shuleni

Silke anataka kumtembelea Neema wapi?	a) Anataka kumtembelea kazini kwake.
	b) Anataka kumtembelea shuleni.
Je Silke anajua shule iko wapi?	b) Mwanzo hajui, ila Neema anamjulisha.
Silke anapanda chombo gani?	b) Mwendokasi na Daladala
Baada ya kushuka kituoni Silke anatakiwa kwenda wapi?	b) Anatakiwa kupinda kushoto.
Baada ya kuona mbango wa shule atapita wapi?	c) Atainga kichochoro.
Silke ni mtaalamu wa kutumia simu ya mkononi?	a) Yeye mtaalamu wa simu.
	c) Anaona shida kutumia app ya ramani.
Mwisho Silke atafika shuleni peke yake?	c) Mwanafunzi atampokea kituoni.

15. Neema anafundisha

15.1. Zoezi la kwanza/ Erste Übung: Neema anafundisha

Neema ist Lehrerin. Heute unterrichtet sie Geographie in der vierten Klasse. Sie fragt die Schüler/innen einige Fragen bezüglich der Kontinente und einige Länder auf der Welt.

Neema: Geht es Euch gut Schüler/innen?
Wanafunzi: Uns geht es gut, wir grüßen Dich Lehrerin!

Neema: Seid gegrüßt! Heute lasst uns mit Wiederholungen der Unterrichtseinheiten von gestern beginnen. Wer weiß wie viele Kontinente es gibt? Agnes, weißt du es?

Agnes: Es gibt sieben Kontinente.

Neema: Korrekt. Du hast gut geantwortet. Juma, wie heißen die Kontinente?

Juma: Es gibt die Kontinente Antarktis und Australien. Es gibt den Kontinent Asien. Es ist der größte Kontinent. Außerdem gibt es den Kontinent Afrika, den Kontinent Nordamerika, Südamerika und Europa.

Neema: Gut, gut. Das hast Du gut gemacht Juma. Tansania liegt auf welchem Kontinent?

Amani: Tansania liegt auf dem afrikanischen Kontinent. Es liegt in Ostafrika.

Neema: Und Frankreich? Amani!

Amani: Frankreich liegt auf dem europäischen Kontinent. Es liegt in Westafrika. Es ist ein Nachbarland Deutschlands und der Niederland und anderer Länder.

Neema: Du hast gut geantwortet, Amani.

Amani: Danke Frau Lehrerin.

15.2. Zoezi la pili/ Zweite Übung: Neema anafundisha

1. Neema ni mwalimu wa Jiografia. Leo anafundisha darasa la nne. – Neema ist Geographielehrerin. Heute unterrichtet die die vierte Klasse.

2. Watoto wanamwamkia mwalimu kwa kusema „shikamoo". – Die Kinder begrüßen die Lehrerin mit den Worten „shikamoo".

3. Masomo yanaanza na marudio ya masomo ya jana. – Der Unterricht beginnt mit der Wiederholung der Unterrichtseinheiten von gestern.

4. Agnes anajua kwamba kuna mabara saba duniani. – Agnes weiß, dass es sieben Kontinente auf der Welt gibt.

5. Mwanafunzi anayejibu swali la pili anaitwa Juma. – Der Schüler der die zweite Frage beantwortet heißt Juma.

6. Juma anataja mabara yote kwa kuanza na bara la Antarktika. – Juma beginnt alle Kontinente zu benennen, beginnend mit dem Kontinent Antarktis.

7. Kwa jumla Neema anamwuliza Amani maswali matatu. – Insgesamt fragt Neema Amani drei Fragen.

8. Amani anataja nchi tatu za Ulaya: Ujerumani, Ufaranza na Uholanzi. – Amani nennt drei Länder in Europa: Deutschland, Frankreich und die Niederlande.

9. Wanafunzi hawafanyi makosa, wote wanajibu maswali sahihi. – Die Schüler/innen Machen keine Fehler, alle beantworten die Fragen korrekt.

10. Kwa jumla wanafunzi watatu wanajibu maswali ya Neema. – Insgesamt drei Schüler/innen beantworten die Fragen von Neema.

16. Familia ya Klaus inaagana na familia ya Baraka

16.1. Zoezi la kwanza/ Erste Übung: Familia ya Klaus inaagana na familia ya Baraka

Die Ferien von Silke und Klaus sind zu ende. Sie müssen nach hause zurückkehren. Dieses mal wollen sie den Zug nach Dar es Salaam nehmen. Sie haben sich entschieden den Zug zu nehmen, weil der Bahnhof in der Nähe des Flughafens liegt, obwohl sie wissen, dass sich der Zug ab und zu mit der Ankunft verspätet. Am Bahnhof verabschieden sich von Baraka und Neema.

Silke: Meine Güte Baraka und Neema. Wir haben uns sehr gefreut Euch wieder besucht zu haben. Wir haben viel Spaß gehabt.

Neema: Herzlich Willkommen. Wir haben uns auch sehr gefreut, dass ihr Euch an uns erinnert habt und dass ihr wieder gekommen seid um uns zu besuchen. Ihr habt eine wirklich lange Reise.

Klaus: Wir werden uns häufig an Euch erinnern. Und wenn wir uns Euch gegenüber fehlerhaft benommen haben, bitten wir ihr möget uns verzeihen.

Baraka: Ihr habt Euch uns gegenüber nicht falsch/fehlerhaft verhalten. Darüber hinaus hoffen wir, ihr kommt nächstes Jahr erneut.

Klaus: Wenn Gott will, kommen wir wieder. Jetzt müssen wir den Zug nehmen/in den Zug einsteigen. Nicht, dass er uns hier zurücklässt. Alles Gepäck ist verstaut. Ich hoffe wir werden nicht zu spät ankommen.

Baraka: Ihr werdet früh/rechtzeitig ankommen! Okey, Silke, Klaus, wir wünschen Euch eine gute Reise...

Neema: ...kommt sicher an und vergesst nicht und eine Nachricht zu schicken nachdem ihr zuhause in Deutschland angekommen seid.

Silke: Meine Güte wir werden uns an Euch erinnern und Euch vermissten. Auf Wiedersehen!

16.2. Zoezi la pili/ Zweite Übung: Familia ya Klaus inaagana na familia ya Baraka

Kwa nini Silke na Klaus wanaondoka?	b) Likizo zimeisha.
	c) Inawabidi kurudi Ujerumani.
Wanaagana wapi?	c) Wanaagana stesheni.
Kwa nini wameamua kupanda treni mara hii?	a) Kwa sababu stesheni iko karibu na uwanja wa ndege.
Neema na Baraka wanatumai kwamba wageni watakuja tena?	b) Wanataka warudi mwakani.
Silke na Klaus wamewakosea Baraka na Neema?	a) Hapana, hawajakosea.
	b) Baraka anasema hawajawakosea.
Maneno wa mwisho wa Silke ni yapi?	c) Tutaonana tena mungu akipenda.

Umefanikiwa – Du hast es geschafft ☺